D1680586

மடப்புரத்து காளி

இந்திரா செளந்தர்ராஜன்

திருமகள் நிலையம்
புதிய எண் 16, பழைய எண் 55,
வெங்கட் நாராயணா ரோடு, முதல் மாடி,
தி. நகர், சென்னை - 600 017.
போன் : 24342899, 24327696
99529 73378, 94443 84743
E-mail ID : enquiry@thirumagalnilayam.com
Website : www.thirumagalnilayam.com

முதற் பதிப்பு : ஜனவரி - 2025
உரிமை : ஆசிரியருக்கு

MADAPURATHTHU KAALI

by : Indra Soundarrajan

First Edition : January - 2025
No.of Pages : 200
Paper Used : 18.6 N.S. Book Print

விலை : 200/-

ISBN : 978-93-48008-05-3

Thirumagal Nilayam
New No.16, Old No.55,
Venkat Narayana Road, Ist Floor,
T.Nagar, Chennai - 600 017.
Phone : 044-2434 2899, 2432 7696
         99529 73378, 94443 84743

E-mail ID : enquiry@thirumagalnilayam.com
Website : www.thirumagalnilayam.com
Gpay : 9345685962

Prepress : *Goodwill Computers,* T.Nagar, Chennai - 17.
              Cell : 9940254493
Printed at : Novena Offset Printing Co., Chennai - 5   ☏ 28446891

பொருளடக்கம்

மடப்புரத்து காளி.. 4
நீல சரஸ்வதி.... 99

மடப்புரத்து காளி

01

'காளி....

இந்தச் சொல் எல்லோருக்கும் மிகப் பரிச்சயமான ஒரு சொல். அநேகமாக நம் தேசத்தில் காளியை அறியாதவர்கள் இருக்கவே முடியாது. அப்படி அறிந்த அவ்வளவு பேருக்கும் காளியை உணரும் சமயம் கொஞ்சம் அச்சமும் உண்டாகும்.

அந்த ஆதி மகாசக்தியின் பத்து வடிவங்களில் ஒன்றுதான் காளம் எனப்படும் இந்தக் காளி. மகாசக்தியோ கருணை வடிவானவள். தாய்மை மிகுந்தவள். பார்த்தால் பார்த்துக் கொண்டே இருக்கலாம் என்பதுபோல காட்சியும் தருபவள். அப்படிப் பட்டவளின் மாறுபட்ட தோற்றங்களில் ஒன்றே காளி. கன்னங்கரிய உருவில் மண்டையோட்டு மாலையணிந்து, நாக்கானது ரத்தச் சிவப்பில் நீண்டிருக்க, கையில் வெட்டரி வாளோடு, தலைவிரி கோலமாகக் காட்சி தரும் இவளை யார் பார்த்தாலும் ஒரு விநாடி நடுக்கம் உண்டாகியே தீரும்!

கருணை வடிவானவள் எதற்கு இப்படிக் குரூரமாகக் காட்சி தர வேண்டும்?'

காய்கறிகளை நறுக்கிக் கொண்டே டி.வி பார்த்த படி இருந்தாள் பார்வதி. டி.வி-யில் ஒரு சீரியல் ஓடிக் கொண்டு இருக்கிறது. அதில் மாடிப்படியில் விளக் கெண்ணெயை ஊற்றிக் கொண்டிருந்தது ஒரு கேரக்டர்.

''நல்லா ஊத்து. நிறைய ஊத்து. இந்த தடவை அவ வழுக்கி விழுந்து எலும்பு முறிஞ்சி படுத்த படுக்கை

யாகிடணும். அப்பதான் இந்தக் கல்யாணத்தை நாம தடுத்து நிறுத்த முடியும்'' என்று அருகிலிருந்து ஒருத்தி அவளை தூண்டிவிட்டுக் கொண்டிருந்தாள்.

அந்தக் காட்சியைத்தான் பார்வதியும் தன்னை மறந்து பார்த்துக் கொண்டிருந்தாள். அப்போது அங்கு வந்த அவளுடைய ஒரே மகளான செல்வி, தன்னுடைய தாய் காய்க்குப் பதிலாக மரப்பலகையில் டொக்கு டொக்கு என்று கத்தியால் சப்தம் எழுப்பியபடி இருப்பதைப் பார்த்து திகைத்தாள். வேகமாய்ப் போய் டி.வி-யை அணைத்தாள். அடுத்த நொடியே அங்கே ஒரு யுத்தம் தொடங்கிவிட்டது.

''ஐயோ, முக்கியமான கட்டத்துல டி.வி-யை அணைச்சிட்டியேடி. போட்றி முதல்ல....''

''நீ முதல்ல காயை ஒழுங்கா பார்த்து நறுக்கு. விட்டா உன் கை விரலையே நறுக்கிட்டிருப்பே....''

''சரி சரி... டிவியை ஆன் பண்ணு. அந்தக் கல்யாணப் பொண்ணு மாடிப்படில வழுக்கி விழறாளான்னு பாக்கணும்டி...''

''எவ்வளவு நல்ல எண்ணம்மா உனக்கு? இப்படியா இந்த டப்பா சீரியலை ரசிப்பே? திருந்தவே மாட்டியாம்மா?''

''திருந்த என்னடி இருக்கு? இதைவிட்டா என்னைப் போல அடுப்படி பூனைங்களுக்குப் பொழுதுபோக்கும் வேற இல்லையே?''

''ஏன் இல்லை? புத்தகம் படி. இல்ல, நல்லா படுத்துத் தூங்கு. இந்த சீரியலை மட்டும் பார்க்காதே. இந்த மாடிப்படில எண்ணெயைக் கொட்டி கதாநாயகியை விழவைக்கற காட்சி இன்னும் எத்தனை சீரியல்லதான் வரும்? அதை எழுதறவங்களுக்கு வேற கற்பனையே தோணாதா?''

அம்மா, பெண் என்று இருவரும் விவாதத்தில் இறங்கி விட்டனர். இது அன்றாடம் அந்த வீட்டில்

நடக்கும் ஒரு சம்பவம் தான். இன்றும் அவர்கள் முட்டிக்கொண்டபோது வாசல்படி அருகே யாரோ வந்து நிற்பது தெரிந்தது. திரும்பிப் பார்த்தாள் பார்வதி. அவர்கள் குடியிருக்கும் வீட்டுக்காரர் மகன் சேகர் நின்று கொண்டிருந்தான்.

"அடடே, சேகரா... வாங்க தம்பி, வாங்க."

பார்வதி தங்கள் விவாதத்தில் இருந்து விலகி அவனை உள்ளே அழைத்திட, அவனும் உள்நுழைந்தான்.

சிறிய ஹால்தான். அதில் மூன்று பேர் அமர முடிந்த ஒரு ரெக்சின் சோபா. அதில் அமரவும் செய்தான்.

"சொல்லுங்க சேகர். ஏதாவது முக்கிய விஷயமா?"

"ஆமாம்மா. இந்த வீடு விஷயமா என்ன முடிவு எடுத்திருக்கீங்கன்னு அப்பா கேட்டுக்கிட்டு வரச் சொன்னாரு..."

"அப்படியா? நாங்களும் யோசிச்சுக்கிட்டுதான் இருக்கோம். ஆனா, பணத்துக்குத்தான் கொஞ்சம் முடை. அதனால் ஒரு முடிவுக்கு வர முடியல..."

"இதே பதிலைத்தான் போன வாரமும் சொன்னீங்க. இப்பவும் அதையே சொல்றீங்களே?"

"வாஸ்தவம்தான். எங்க நிலை அப்படித்தானே இருக்கு?"

"அப்ப விட்றுங்க. நாங்க வேற பார்ட்டிய பாக்கறோம். நீங்க வீட்டைக் காலி பண்ணுங்க. நிறையப் பேர் முட்டிகிட்டிருக்காங்க. சொல்லப் போனா இந்த வீட்டுக்கு ஒரு பெரிய போட்டியே இருக்குது. மார்க்கெட், ஸ்கூல், பேங்க், மால், பார்க், சினிமா தியேட்டர்னு எல்லாமே வீட்டைச் சுத்தி ஒரு கிலோ மீட்டருக்குள்ள இருக்குது. அதனால போட்டியும் பலமா இருக்கு."

சேகர் சொன்ன விஷயங்களால் பார்வதி முகம் மிகவே மாறியது. பத்து வருடங்களுக்கு மேலாக குடி

இருக்கிற வீடு. அவன் சொல்வதெல்லாமும்கூட உண்மை தான். வீட்டுக்காரருக்கு பணத் தேவை. அதற்காக அவர் வீட்டை விற்க முடிவு செய்து பார்வதியின் குடும்பத்தை காலி செய்யச் சொன்னபோது, பார்வதிக்கும் அவள் கணவர் சிவராமனுக்கும் கொஞ்சம் பகீர் என்றுதான் இருந்தது. அதுவே மெல்ல மாறி, 'ஏன் நாம் இந்த வீட்டை வாங்கக் கூடாது?' என்கிற ஒரு கேள்வியாக மாறியது. பேங்கில் லோன் போட்டு, எப்படியாவது வாடகை வீட்டை சொந்த வீடாக்கிக் கொண்டுவிட மனமும் துடித்தது.

ஆனால், வீட்டுக்காரர் சொன்ன விலைதான் தலை சுற்றி மயக்கம் போடச் செய்து விட்டது. பேங்கிலும் வீட்டுக்காரர் சொன்ன தொகைக்கு லோன் தரமுடியாது. பழைய கட்டிடம். அதனால் அதில் பாதியை வேண்டு மானால் தரலாம் என்று சொல்லி விட்டார்கள்.

வீட்டுக்காரர் சொன்னது 80 லட்சம். பேங்க் தருவதாகச் சொன்னது 40 லட்சம். மீதி 40 லட்சத்துக்கு எங்கு போவது?

இப்போது அதில்தான் சிக்கலே!

''என்னம்மா... இப்படி மௌனமா இருந்தா எப்படி? தெளிவா ஒரு முடிவைச் சொல்லுங்க.'' சேகர் பார்வதியை தூண்டத் தொடங்கினான். பார்த்தபடியே இருந்தாள் செல்வி. அவனும் அவளைப் பார்த்தான். அவளுக்கு 24 வயதாகிறது. பார்க்கவும் நல்ல அழகு. ஓர வகிடெடுத்து தலைவாரிக் கொண்டிருந்தாள். சுடிதாரும் சிக்கென்று பொருந்தி, அவள் அழகை தூக்கலாய் காட்டிக் கொண்டிருந்தது.

அவன் மனம் அவளை ருசிக்கத் தொடங்கி விட்டது. அவளுக்கும் அது புரிந்துபோனது. இனி அங்கு நிற்பது தனக்கு நல்லதல்ல என்று மெல்ல அங்கிருந்து விலகினாள். பார்வதியும், ''இன்னும் ஒரு ரெண்டு நாள் டைம் கொடுங்க. எங்க வீட்லயும் பண விஷயமாத்தான்

ஊருக்குப் போயிருக்கார். அவரும் வந்துட்டட்டும். ஒரு முடிவை சொல்லிடறோம்...''

பார்வதி தற்காலிகமாக அவனை சமாளித்தாள்.

''ஆன்ட்டி, எனக்கு நீங்க இந்த வீட்லயே இருக்கணும்கறதுதான் என் ஆசையும்கூட. நல்ல பதிலாச் சொல்லுங்க'' என்று அவனும் அதுவரை பேசியதற்கு எதிரான ஒரு பேச்சைப் பேசிவிட்டுப் புறப்பட்டான். போகிற போக்கில் உட்புறமாய் பார்வையை விட்டு செல்வியைத் தேடினான். அவளும் அகப்பட்டாள். அந்த நொடி அவன் பார்த்த பார்வையில் ஆயிரம் அர்த்தங்கள்!

ரிலையன்ஸ் ஷாப்பிங் காம்ப்ளெக்சில் நல்ல கூட்டம். ஆளுக்காரு ட்ராலி போன்ற வண்டியைத் தள்ளிக் கொண்டு ஷாப்பிங்கில் மும்முரமாக இருந்தனர். நல்ல ஏசி குளிர் ஊடாக ரேக்குகளில் பொருட்களை அடுக்கி வைத்திருக்கும் அழகு, எந்த வாங்கும் பொருளையும் சுமக்கத் தேவையின்றி வண்டியில் போட்டுக் கொள்ள முடிந்த அந்தச் சலுகை என்று ஒவ்வொன்றுமே வாடிக்கையாளர்களை வசப்படுத்தி விட்டிருந்தது. கார்ப்பரேட் கம்பெனிகள் நம் மளிகைக் கடை அண்ணாச்சிகளுக்கு விடப் பட்டிருக்கும் ஒரு சவால் என்றும் கூறலாம். ஓரிரு பொருட்களை வாங்கு வதற்காக வந்திருந்தாலும் பல பொருட்களை வாங்கும்படி தூண்டிக் கொண்டிருந்தது அந்த ஷாப்பிங் காம்ப்ளக்ஸ்.

அப்படித்தான் எல்லோருமே வாங்கிக் கொண் டிருந்தனர்.

செல்வியும் அவர்களில் ஒருத்தி. சப்பாத்தி நிமித்தம் கோதுமை மாவும், சைட் டிஷ் நிமித்தம் பனீரும் வாங்க வந்திருந்தவள், ஒன்று வாங்கினால் ஒன்று இலவசம் என்கிற வியாபாரக் கண்ணிக்குள் சிக்கி, தேன் பாட்டில், பிஸ்கட் பாக்கெட், சோப்புகள் என்று தன் ட்ராலியில் நிரப்பியிருந்தாள். அப்போது அவள் ட்ராலி மேல் ஒரு ட்ராலி வந்து செல்லமாய் மோதி நின்றது. கோபமாய்

நின்றவள் எதிரில்... புன்னகையோடு சேகர். அவளிடம் உடனேயே ஒரு படபடப்பு. மெல்லிய தடுமாற்றம்!

''என்ன, ஷாப்பிங்கா?'' அவன் ஆரம்பித்தான்.

''இல்ல... சும்மா சுத்திப் பார்க்க வந்தேன்...''

அவளும் சற்று சூடாகவே பதிலைச் சொன்னாள்.

''சுத்திப் பார்க்க வந்ததுக்கே இவ்வளவு ஐட்டமா?'' அவன் விடுவதாக இல்லை.

''உங்களுக்கு இப்ப என்ன வேணும்?'' அவள் சற்றுக் கோபமாகி கையை ஆட்டிக் கேட்டாள். அவன் அசரவில்லை.

''நீதான் வேணும். புரியலியா? ஐ லவ் யூ...'' என்றான் பளிச்சென்று.

செல்விக்கு முகம் வெளிரத் தொடங்கி விட்டது.

02

கருணை வடிவமான ஜெகன்மாதா எதற்காகக் காளியாக இப்படி கோர ரூபம் கொள்ள வேண்டும்? அதற்கு என்ன அவசியம்? இதற்கான பதில் நமக்குத் தெரிய வேண்டும் என்றால், அம்பிகையைப் போற்றும் சாக்தம் என்னும் வழிமுறை சார்ந்த தசமகா சக்திகளைப் பற்றியும் நாம் அறிந்திருக்க வேண்டும்.

அதாவது, அந்த ஆதிசக்தி பத்துவிதமான சக்திகளோடு திகழ்ந்து, அந்த சக்திகளுக்கேற்ப பிரத்யேகமாக தனக்கொரு பெயரையும் கொண்டுள்ளாள்.

'காளி, தாரா, திரிபுரசுந்தரி, புவனேஸ்வரி, பைரவி, சின்னமஸ்தா, தூமாவதி, பகளாமுகி, மாதங்கி, கமலாத்மிகா' ஆகியவையே அவளின் பத்து மகா சக்திகளின் பெயர்கள். இவை ஒவ்வொன்றிலும் அவள் தன் சக்தியை ஒவ்வொரு விதமாக பிரயோகிக்கிறாள்.

அரிசியைக் கொண்டு சாதம் சமைக்கிறோம். பின், அதைக் கொண்டு பொங்கல், சித்ரான்னங்கள், பாயசம், கஞ்சி என்று விதம்விதமாக சமைப்பதுபோல ஒன்றான அவள் சக்தியும் பலவிதங்களிலும் பிரதிபலிக்கிறது.

அதில் காளிக்கான சக்தி என்பது அசுர குணங்களை அழிப்பது என்பதாகும். அதற்கேற்பவே அவளும் ரௌத்திர மாகக் காட்சி தருகிறாள்.

செல்வி, சேகர் முன் முகம் மாறியதோடு குழம்பவும் செய்தாள். அப்படியே எப்படி தொடர முடியும்? எனவே, வேகமாய் அங்கிருந்து ட்ராலியை தள்ளிக் கொண்டு விலக முயன்றாள்.

''எதுக்கு மறைக்கறே? நான் டீசன்டாத்தானே ப்ரபோஸ் பண்றேன். இன்னிக்கெல்லாம் லவ் மேரேஜஸ் தானே லீடிங்லயும் இருக்கு? எந்தப் பொண்ணு அப்பா அம்மா பார்க்கற மாப்ளையை கண்ணை மூடிக்கிட்டு கட்டிக்கறா?''

அவன் பேச்சு அவளை உசுப்பி விட்டது.

''நான் நீங்க நினைக்கற அந்தப் பொண்ணு இல்ல. எனக்கு என் அப்பா அம்மா சொல்றதுதான் வேதம். நான் வரேன்...'' என்று ட்ராலியோடு ஓட்டமாய் ஓடினாள். அவனும் ஓட்டத்தைத் தொடர்ந்தான்.

''நீ அந்த மாதிரி பொண்ணு இல்லேங்கறதாலதான் உன்னையும் நான் விரும்பறேன். நீ யெஸ்சுன்னு சொன்னா, இந்த வீடு வாங்கற சிக்கலும் தீர்ந்துடும். பணத்துக்கு உங்க அப்பா யார் கிட்டயும் கடன் வாங்க வேண்டாம். நீங்க குடியிருக்கற அந்த வீடும் என் பேர்லதான் இருக்கு. நானும் என் அப்பாகிட்ட சொல்லி விக்க வேண்டாம்பான்னு சொல்லிடுவேன்.''

அவன் தொடர்ந்து வந்தபடி சொன்னதை அவளும் கேட்டாள். அவளுக்குள் இப்போது பெரும் மாற்றம்.

''எல்லோரும் கல்யாணச் சீராக வீட்டைக் கேட்பார்கள். இவனோ அதைத் தருகிறேன் என்கிறான். இவன் உண்மையாகத்தான் சொல்கிறானா, இல்லை, இது ஒரு தூண்டிலா?'

அவளுக்குள் கேள்விகளின் ஓட்டம்.

அவனோ, ''யோசிச்சு முடிவெடு. என்னைப் பிடிச்சிருந்தா என் நம்பருக்கு ஒரு ரெட்ரோஸை சம்மதத்துக்கு அடையாளமா மெஸேஜ் பண்ணு. நான் வரேன்...'' என்று கடகடவென்று பேசிவிட்டு வேகமாக விலகியும் சென்றான். செல்வி ஸ்தம்பித்து நின்றாள்.

வீட்டுக்கு வந்து, வாங்கிவந்த பொருட்களை டேபிள் மேல் வைத்துவிட்டு, தனக்கு மிகப் பிடித்த மூங்கில் நாற்காலியில் போய் காலை மடக்கிக் கொண்டு அமர்ந்தாள். சமையல்கட்டிலிருந்து வந்த பார்வதி ஆச்சர்யமாகப் பார்த்தாள்.

''என்னடி இது? காலைக் கட்டிக்கிட்டு உக்காந்துட்டே? உள்ள எவ்வளவு வேலை கிடக்கு? ஆமா, சப்பாத்திக்கு மாவு வாங்கிட்டு வந்துட்டியா?''

''டேபிள் மேல இருக்கு பார்.''

''அதை அப்படியே வெச்சா என்ன அர்த்தம்? என் கைல கொடுக்கறதுக்கன்ன?''

''அதான் சொல்லிட்டேன்ல... எடுத்துக்கோயேன்.''

''என்னாச்சுடி உனக்கு? இந்நேரம் மாவைப் பிசைஞ்சு வட்டமா தட்டியிருப்பியே... இன்னிக்கு எல்லாம் தலைகீழா இருக்கு?'' என்று அவள் பேசிக் கொண்டே டேபிள் மேல் கிடந்த பையில் இருந்து கோதுமை மாவு பாக்கெட்டை வெளியில் எடுத்தாள். கூடவே சோப்பு, பிஸ்கெட் பாக்கட்டுகளும் வந்தன.

''இதை எல்லாம் எதுக்குடி வாங்கினே?''

''ஆஃபர் போட்ருந்தான்...''

''இந்த ஆஃபரை பார்த்துத்தான நானும் வாங்கினேன். இதெல்லாம் ஏற்கனவே இங்க நிறைய இருக்குடி...''

''சரி சரி, புலம்பாம போய் சப்பாத்தி சுடற வேலையப் பாரு.''

''அதுசரி, உனக்கு என்னாச்சு? ஏன் இப்படி ஒரு மாதிரி பேசறே?

''ஒண்ணுமில்ல. ஷாப்பிங் ப்ளேஸ்ல ஒரே கூட்டம். அதான்.''

''நாடார் கடைக்குப் போயிருக்கலாம்ல? இந்த ஆஃபர் வலைலயும் மாட்டியிருக்க வேண்டாம்...'' பார்வதி சொன்னதும் சொன்ன விதமும் அவளைக் குத்தியது.

''தாயே, கொஞ்சம் போறியா?'' என்று எரிச்சலாகி கையெடுத்துக் கும்பிட்டாள். பார்வதியும் விலகினாள். கச்சிதமாய், வெளியே போயிருந்த அப்பா சிவராமனும் உள்நுழைந்திருந்தார்.

சட்டையைக் கழற்றி சுவற்று ஆணிக் காதில் காலரை மாட்டித் தொங்கவிட்டவர், பனியன் வேட்டியோடு செல்வியையும் பார்த்தார். அவளோ சேகர் ப்ரபோஸ் பண்ணியதிலேயே இருந்தாள்.

''கண்ணு...'' அவர் அப்படித்தான் அழைப்பார். இப்போதும். அவளும் நிமிர்ந்தாள்.

''ஏன் ஒரு மாதிரி இருக்கே?'' கேட்டபடியே அருகில் சென்றார்.

''ஒண்ணுமில்லப்பா...''

''அப்ப நிறைய இருக்கு.'' அவர் அழுத்தமாய் சொன்ன விதமே அவளை நிமிர்த்தியது.

''சொல்லு, என்ன பிரச்னை?''

''நீங்க போன விஷயம் என்னப்பா ஆச்சு?''

''ஒரு 20 லட்சத்துக்கு வழிய கண்டுட்டேன். மீதி 20 லட்சம் தான் இடிக்குது...''

''அப்ப, இந்த வீட்டை வாங்கறதுன்னு முடிவுக்கு வந்துட்டீங்களா?''

''வீடுன்னாலே அப்படித் தாம்மா. கல்யாணமும் வீடும் ஒரு குடும்பஸ்தனுக்கு கொஞ்சம் சவாலான விஷயம்தான். ஏன்னா இரண்டுமே காலகாலத்துக்குமான விஷயம் பாரு...''

''என்னப்பா சொல்றீங்க?''

''நீயே யோசி. வீடு சொந்தமாயிட்டா அதுல பல தலைமுறைகள் சங்கடமில்லாம வாழும். கல்யாணமும் தலைமுறைகள் உண்டாக்கிப் பாக்கற முயற்சிதானே? அப்ப அதுக்குத் தகுந்த சிரமத்தை அது தரத்தானே செய்யும்?''

அவர் சொன்ன விதமும் அதன் உட்பொருளும் செல்வியை மிகவும் யோசிக்க வைத்தது. பார்வதியும் அவர் குரல் கேட்டு ஹாலுக்கு வந்து இணையத் தொடங்கினாள்.

''என்னங்க... நல்லபடி முடிஞ்சிச்சா?''

''எங்க...? 20 லட்சத்துக்கு இப்ப வழி பொறந்திருக்கு. மீதிக்கு என்ன பண்றதுன்னு இனிமே தான் யோசிக்கணும்.''

''நான்என்நகைகளைஎல்லாம்கொடுத்துடறேங்க...''

'' கொடுத்துட்டா? என்ன, உன்கிட்ட ஒரு 15 பவுன் இருக்குமா?''

''ஆமா. எங்கப்பா போட்டது. நீங்கதான் ஒரு கால் பவுன்கூட வாங்கித் தரலையே?''

''குத்திக் காட்றியா?''

''உள்ளதைத்தானே சொல்றேன்...''

''அதனால் ஒரு ஏழெட்டு லட்சம் கிடைக்கும். மீதிக்கு?''

''பேசாம வீட்டுக்காரர் கிட்ட எழுபது லட்சத்துக்கு கேட்டுப் பாருங்களேன்...''

''அதான் அவர் முடியாதுன்னுட்டாரே... இப்ப போய் பேசினா 90 லட்சத்துக்கு ஆள் இருக்குன்னுவாரு. சும்மாக் கிடந்த சங்கை ஊதிக் கெடுத்த கதையாயிடும்.''

அம்மாவும் அப்பாவும் பேசிக் கொண்டது செல்வியைச்சற்று வேறு மாதிரி சிந்திக்க வைத்தது. அருகில் இருந்த செல்போனை எடுத்தாள். அதில், 'சந்திப்போமா?' என்று கேட்டு டைப் செய்தவள், சேகருக்கு அதை அனுப்பினாள். அதே வேகத்தில் திரும்பியவள், ''அப்பா... நீங்க 70 லட்சத்துக்கு கேளுங்கப்பா. வீட்டுக்காரர் நிச்சயம் சம்மதிப்பார். அவ்வளவு ஏன்... 60 லட்சத் துக்குக் கூட அவர் சம்மதிக்கலாம்'' என்றாள்.

சிவராமன் விக்கிப்போடு மகளைப் பார்த்தார்.

''என்ன, பார்க்கறீங்க?''

''நீ சொன்னதைக் கேட்டா பார்க்காம என்ன பண்ண? ஆமா, எதை வெச்சு நீ இப்படிப் பேசினே?''

''என்னை வெச்சுத்தான்...'' அவளிடம் தன்னையு மறியாமல் அந்த உண்மை வெளிப்பட்டு விட்டது.

''உன்னை வெச்சா? என்னம்மா சொல்றே?'' அவரிடம் நெற்றி சுருங்கிய சலனம்.

''ஐயோ அப்பா, என் தன்னம்பிக்கயை வெச்சுன்னு சொல்ல வந்தேன். ஒண்ணு மட்டும் உறுதிப்பா. நாம இந்த வீட்லதான் இனியும் காலகாலத்துக்கும் இருப்போம். கவலையே படாதீங்க.''

''என்ன நீ... என்னென்னமோ சொல்றே? இந்த வீட்டைவிட உன் கல்யாணம் எனக்கு ரொம்பப்

பெருசும்மா. எல்லாப் பணத்தையும் வீட்ல போட்டுட்டு உனக்கு நான் என்ன செய்வேன்? அதையெல்லாம் யோசிக்க வேண்டாமா?" அவர் சரியாகத்தான் கேட்டார்.

"அப்பா, என் கல்யாணம், இந்த வீடு எல்லாமே நல்லபடியாத் தாம்பா முடியும். நீங்க வேணா பாருங்க..." என்றாள்.

"உனக்கு இப்படி ஒரு நம்பிக்கையா? எதையும் பிராக்டிகலா பார்க்கணும்னு சொல்வியே..."

"இப்பவும் அப்படி ஒரு நம்பிக்கைல தாம்ப்பா சொல்றேன்."

"நிச்சயம் 70 லட்சத்துக்கல்லாம் ஒத்துக்க மாட்டார்மா. 90 லட்சத்துக்கே வாங்க ஆள் இருக்குன்னும்போது எப்படிம்மா சாத்தியம்?"

"சரிப்பா. நீங்க இந்த விஷயத்துல பேசாதீங்க. வீட்டுக்காரர்கிட்ட நான் பேசிப் பார்க்கட்டுமா?"

"நீ பேசினா மட்டும் கேட்டுடுவாரா?"

"ஒரு முயற்சிதான். செஞ்சு பார்க்கறேனே?"

சிவராமன் பதிலுக்கு தலையைச் சொரிந்தார். பார்வதியோ, "விடுங்க. இவ என்னத்தக் கிழிக்கறான்னு பார்ப்போம்..." என்றாள்.

03

காலத்தின் வடிவம்தான் காளி, இங்கே காலத்திற்கு ஏது வடிவம் என்கிற கேள்வி எழும்பும். காலம் இரவு, பகல் என்கிற பொழுதுகளைக் கொண்டிருந்தாலும் உண்மையில் இருள் தான் காலத்தின் நிஜ வடிவம். சூரியன் வந்து செல்வதாலேயே ஒளி கிடைக்கிறது. அவன் மறையவும் இருள் தெரியத் தொடங்கி விடுகிறது. ஆக, நிரந்தரமாய் இருப்பது இருளே. அந்த இருளின் நிறம் கருப்பானதால் அவளும் தன்னைக் கரிய நிறத்தவளாக ஆக்கிக் கொண்டு விட்டாள்.

உண்மையில் இருளில்தான் எல்லாம் பிறக்கின்றன. ஒளியில் அவை வளர்கின்றன. பிறப்பின் மூலம் இருள் தான். உயிர் உருவாகக் காரணமே புணர்ச்சி இருளில்தான் நிகழ்கிறது. உயிர் அணுக்கள் இருளில்தான் கூடி வளர் கின்றன. தாவரங்களின் வேர்கள் கண்ணுக்குப் புலப்படாதபடி பூமிக்குள்தான் கிளை விடுகின்றன. உடம்பின் ஒட்டுமொத்த இயக்கத்தை நாம் பார்த்து அறிவதில்லை. நாம் செயல்படு வதை வைத்து உணர்ந்தே அறிகிறோம். இருள் இப்படி தன்னுள் பெரும் பொருள் கொண்டுள்ளது.

கைபேசியில் செல்வியிடம் இருந்து வந்த செய்தியைப் பார்த்து உற்சாகமானான் சேகர். அருகில் அவன் நண்பன் தாஸ். பைக் சீட்டின் மேல் சேகர்.

''என்னடா, எந்த மெசேஜைப் பார்த்து இவ்வளவு சந்தோஷம்?''

''ஒருத்தி ரொம்ப நாளா வழிக்கு வராம தண்ணி காட்டிக்கிட்டே இருந்தா. இன்னிக்கு சிக்கிட்டாடா.''

''யாருடா அவ? ஆமா, உனக்கு லவ் பண்ணல்லாம் கூட வருமா?''

''என்னை என்ன லூசுன்னு நினைச்சிட்டியா?''

''அவங்கள ஏண்டா, இழுக்கறே... பாவம்! லவ் பண்ண ஒரு பொயட்டிக் மைண்ட் வேணும். உன்கிட்ட அதை நான் பார்த்ததே இல்லை. அவ்வளவு ஏன்? செல் போன்லயே எவ்வளவு ஐட்டம் வீடியோ இருக்கு தெரியுமா? நீ ஒண்ணாவது பார்த்திருப்பியா?''

தாஸ் கேட்ட மறுநொடி தன் செல்போனில் ஒரு விரல் நாட்டியம் ஆடி முடித்தான் சேகர். அடுத்த 20வது நொடி தாஸ் போனில் 'கிணிங்' என்று ஒரு சத்தம்.

''ஓப்பன் பண்ணிப் பாருடா...'' என்று சேகரும் அதட்ட, தாசும் பார்த்தான். ஒரு நடிகையின் நிர்வாணப் படம்!

“டேய்ய்ய்ய்......”

“என்ன... ஷாக்கா இருக்கா?”

“பின்ன... இந்த ஆக்டரஸ் படம் எப்படிடா?”

“எனக்குத்தான் பொயட்டிக் மைண்ட் இல்லியே... என்கிட்ட கேக்கற?”

“ஸாரிடா, எந்தப் புத்துல எந்தப் பாம்பு இருக்கும்னே தெரிய மாட்டேங்குது. ஆமா, இது ஒரிஜினலா, இல்ல மார்ஃபிங்கா?”

“எதா இருந்தா என்ன? கிக்கா இருக்கா?”

“செம கிக்குடா. நான் இதை என் க்ரூப்புக்கு ஃபார்வர்ட் பண்றேன்.”

“பார்த்து... இதெல்லாம் பார்வர்ட் மேட்டர் கிடையாது. பர்சனல்.”

“புரியுதுடா. ஆமா, எவளோ ஒருத்தி மடங்கிட் டான்னியே... யாருடா?”

“அது கொஞ்ச நாள் சஸ்பென்ஸ்லயே இருக்கட்டும்.”

“பார்த்துடா. கல்யாணத்துக்கு முந்தியே கசக்கிடாதே...”

“அதெல்லாம் அவ கைல தாண்டா இருக்கு. நான் தேன் எடுக்கறவன். புறங்கைல ஒழுகினா நக்கத்தான் செய்வேன். வரட்டுமா?”

சேகர் மெத்தனமாய் பேசிக்கொண்டே பைக்கில் வாகாய் அமர்ந்து பட்டனை அமுக்கிட, அது செருமிக் கொண்டு பாய ஆரம்பித்தது.

அதன்பிறகு அது நின்ற இடத்தில் செல்வி காத்திருந்தாள். அது ஒரு ஐஸ்க்ரீம் பார்லர். அவளைப் பார்த்துப் புன்னகைத்தபடி பார்லரின் கார்டனில் ஒரு மஞ்சள் குடைக்குக் கீழான டேபிள் முன் போய் அமர்ந்தான். ஆங்காங்கே பல வண்ணங்களில் குடைகள். அதன் கீழெல்லாம் இளம் ஜோடிகளின் கடலை!

தயங்கியபடியே செல்வி அவன் எதிரில் அமர்ந்தாள்.

''ரொம்ப சந்தோஷம் பாசிடிவா ஒரு பதில் சொன்ன துக்கு.'' அவன் பேச்சைத் தொடங்கினான். அவளிடமோ மௌனம் தொடர்ந்தது.

''என்ன, எதுவுமே பேச மாட்டேங்கற?''

''என்ன பேசறதுன்னு தெரியல...''

''இப்படிச் சொன்ன பலர் இப்ப திறந்த வாயை மூடறது இல்ல...''

''யாரைச் சொல்றீங்க?''

''என் ப்ரெண்ட்ஸோட காதலிகளைச் சொன்னேன்.''

''ஓ...''

''ஃப்ரியா ஃபீல் பண்ணு செல்வி. வாழப் போறது ஒரு தடவை. அதை கஞ்சத்தனமில்லாம அனுபவிச் சிடணும்.''

''என்ன சொல்றீங்க?''

''தமிழ்லதானே சொன்னேன்? புரியலியா?''

''சரியாப் புரியல.''

''என்கிட்ட எந்தத் தயக்கமும் வேண்டாம்ன்னேன்.''

''ஆனா, அப்படி என்னால் என்வரைல சொல்ல முடியாது.''

''அப்படின்னா?''

''நம்பளோட இந்தப் பழக்கம்?''

''இல்ல... நான் ஒரு மிடில் கிளாஸ். சொந்தமா ஒரு வீடுகூட இல்ல எங்களுக்கு. என்னைப் போய் எப்படி?''

''அதுதான் காதல்.''

''அப்ப காதலுக்கு ஏழை - பணக்காரன் கிடையாதா?''

''நீ சினிமால்லாம் பார்க்க மாட்டியா? காதலுக்கு ரெண்டு ஹார்ட்தான் தேவை. வேற எதுவும் அதுக்கு ஒரு பொருட்டு கிடையாது.''

"இதெல்லாம் கதைக்கும் சினிமாவுக்கும் சரிப் படலாம். ரியல் லைஃப்ல?"

"அப்ப நான் உன்னை காதலிக்கறத நீ விரும்பலையா?"

"அப்படி இல்லை. உங்க வீட்ல ஒத்துப்பாங்களா? வாடகை கொடுத்துக்கிட்டிருந்தவங்க சம்பந்திங்கறத விரும்புவாங்களா?"

"அப்ப உனக்கு வீடுதான் பிரச்னையா?"

"அதுதானே இப்ப பெரிய பிரச்னை? நீங்களே நேத்து வீட்டுக்கு வந்தப்ப காலி பண்ணுங்கன்னு சொல்லாமல்ல சொன்னீங்க?"

"ஐ ஆம் சாரி. என் அப்பா சொல்லச் சொன்னதை சொன்னேன். என் விருப்பம் அது இல்லை."

"அப்ப உங்க விருப்பம்?"

"நீ வீட்டு சொந்தக்காரியா வாழணும்."

"நடக்குமா?"

"இப்பல்லாம் கல்யாணத்தை அதைப் பண்ணிக் கறவங்கதான் டிசைட் பண்றாங்க. என் விருப்பம்தான் என் அப்பா விருப்பமும்."

"அப்ப அதை வாங்க விரும்பற என் அப்பாவோட ஆசை?"

"வேண்டாம். விட்டுடச் சொல்...

"காரணம் கேட்டா?"

"தைரியமா என்னைக் காதலிக்கறதைச் சொல்..."

"அப்பாவுக்கு கொஞ்சம் ஜாதி உணர்வு உண்டு..."

"என் அப்பாவுக்கும்தான். ஆனா, நம்ம தலைமுறை அதை உடைச்சிடுச்சு."

"ஸாரி... என்னால உடனே இப்ப எதையும் சொல்ல முடியாது. நீங்களும் உங்க வீட்ல நம்ம கல்யாணம்

பத்தி இப்போ பேச வேண்டாம். அதேசமயம் உங்க வீட்டையும் நீங்க எனக்காக விட்டுத்தர வேண்டாம்..."

"என்ன சொல்ல வர்றே நீ?"

"அப்பா அந்த வீட்டை வாங்க ஆசைப்படறார். 80 லட்சம்ங்கற தொகைதான் சிக்கலே. 70 லட்சம்னா நாளைக்கே கூட முடிஞ்சிடும். உங்கப்பாகிட்ட சொல்லி பத்து லட்சத்தை குறைச்சுக்கச் சொல்லுங்களேன்..."

"செல்வி... நான் முழு வீடே நாளைக்கு நம்ம சொந்தம்ங்கறேன். எதுக்கு உன் அப்பா அதை அநாவசியமா வாங்கணும்?"

"எனக்குத் தெரிஞ்சு மாப்பிள்ளைக்கு மாமனார் சீதனமா வீடு கொடுத்து பார்த்திருக்கேன். நீங்க தலைகீழா இருக்கீங்களே?"

"அதெல்லாம் அந்தக் காலம். நாமெல்லாம் 21 செஞ்சுரி கிட்ஸ்!"

"எனிவே, உங்க பெரிய மனசுக்கு நன்றி. அப்பாவுக்கு அவர் கால்ல நிக்கறதுதான் பிடிக்கும். எங்களுக்கு இந்த உதவியை மட்டும் நீங்க செய்யுங்களேன்..."

"விடமாட்டே நீ அப்ப..."

"ப்ளீஸ்..."

"சரி, நான் அப்பா கிட்ட சொல்லி 70 லட்சத்துக்கு சம்மதிக்க வெச்சுடறேன். கல்யாணம் பத்தி எப்ப பேசலாம்?"

"முதல்ல இந்த வீடு விஷயம் முடியட்டும்..."

"அப்ப அதுவரை தேவுடு காக்கணுமா?"

"காதல்ல காத்திருத்தல்தானே ரொம்ப சுவாரஸ்ய மானது?" சொல்லிக் கொண்டே எழுந்திருந்தாள் செல்வி.

"என்ன செல்வி... கிளம்பிட்டே?"

"வந்த வேலைதான் முடிஞ்சிடிச்சே..."

"அடிப்பாவி... கிளுகிளுப்பா நாம ஒரு வார்த்தைகூட பேசிக்கல. ஒரு ஜூஸை இரண்டு ஸ்ட்ரா போட்டுக் குடிக்கல. கிளம்பறேங்கற..."

"ஏதோ சொல்வாங்களே... ஆங்... கிணத்து தண்ணியை ஆத்து வெள்ளமா கொண்டு போயிடும்?"

"இதெல்லாம் 90ஸ் கிட்ஸ் பேச்சு..."

"வரேன்..." புன்னகையோடு புறப்பட்டு போயே போய்விட்டாள் செல்வி. சேகரும் அவள் போவதையே பார்த்துவிட்டு, 'நீ ரொம்பவே எச்சரிக்கையாத்தான் இருக்கே. ஆனா, என்கிட்ட இது நடக்காது...' என்று மனதுக்குள் சொல்லிக் கொண்டான்.

வீட்டுக்குள் நுழைந்த செல்வி, அம்மா பார்வதியின் கழுத்தைப் போய் கட்டிக் கொண்டாள்.

"என்னடி... நல்ல மூட்ல இருக்க போல இருக்கு."

"ஆமாம்மா. நமக்கும் கொஞ்சம் அதிர்ஷ்டம் இருக்கும்மா."

"சுத்தி வளைக்காம நேரா விஷயத்துக்கு வர்றியா?"

பார்வதி கிரைண்டரில் இருந்து அரைத்த மாவை வழித்துப் போட்டபடியே கேட்க, செல்வியும், "இப்ப அப்பாவைப் போய் பேசச் சொல்லும்மா. எழுபது லட்சத் துக்கே முடிச்சிடலாம் இந்த வீட்டை" என்றாள்.

பார்வதி முகம் முழுக்க ஒரு ஆச்சரிய அலமலப்பு.

"என்ன, நம்ப முடியலியா?"

"பின்ன... ஆமா, நீ நிஜமாத்தான் சொல்றியா?"

"அது அப்பா போய் வீட்டுக்காரர் கிட்ட பேசினா தெரிஞ்சிட்டு போயிடுது."

"என்னடி இது, பெரிய மாயாஜாலமா இருக்க? ஆமா, நீ வீட்டுக்காரர் கிட்ட பேசினியா? இப்ப அங்க அவரைப் பார்த்துட்டுதான் வரியா?"

''அவர்கிட்ட பேசினாத்தானா? வேற யார் கிட்டயும் பேசக் கூடாதோ?''

''அப்படி யார் கூடடி பேசின?''

''அதான் வருவாரே இங்க ஒருத்தர்... அவர் பையன்னு...''

''சேகரைச் சொல்றியா?''

''யம்மா, ஏம்மா இப்டி கேள்வியா கேக்கறே... பிரச்னை முடிஞ்சு போச்சும்மா. அப்பாவைப் போய் பேசச் சொல்லும்மா.''

''என்னடி இது... அந்த பிள்ளைகிட்ட எதுக்குடி பேசின?''

''என்னைப் பார்த்தா அவன்தானே ஜொள்ளு விட்றான்?''

''அடிப்பாவி... இது என்னடி புதுசா ஏதேதோ சொல்றே?''

''உனக்கு இது புதுசு. என் வயசுக்கும் எனக்கும் இது அரதப் பழசு.''

''செல்வி, அவன் உன்னை விரும்பறானா?''

''பரவால்லியே... டக்குன்னு கேட்டுட்டியே...''

''என் கேள்விக்கு பதிலைச் சொல்...''

''ஆமாம்...''

''ஐயோ, என்னடி இது? அவங்க யாரோ? நாம யாரோ? உங்கப்பாவுக்கு தெரிஞ்சா என்ன நடக்கும் தெரியுமா?''

''ஏன் அநாவசியமா பதட்டப்படறே? ஒரு ஆண் ஒரு பெண்ணை விரும்பாம கிழவியையா விரும்புவான்?''

''அடிப்பாவி... கொஞ்சம்கூட பயமே இல்லாம பேசறியேடி. ஆமா, அவன் விரும்பறதை வெச்சே அவன்கிட்ட பணத்தைக் குறைக்கச் சொன்னியா?''

''நானாவது பணத்தைத்தான் குறைக்கச் சொன்னேன். அவன் எதுக்கு அப்பா வீடெல்லாம் வாங்கிக்கிட்டு... நான் மாப்பிள்ளையா ஆயிட்டா அந்த வீடே நம்ம எல்லாருக்கும் தானேங்கறான்...''

''இந்த வீட்டையே விட்டுத் தர்ற அளவுக்கு உன் மேல அவனுக்கு அவ்வளவு ஆசையா?''

''காதலிக்கும்போது இப்படி எல்லாம் பேசறது ரொம்ப சாதாரணம்மா. தாலி கட்டிட்ட பிறகு இவங்க அப்படியே தலைகீழா மாறினாலும் மாறிடுவாங்க.''

''நீ என்னடி இப்படியும் பேசறே... அப்படியும் பேசறே?''

''என்ன செய்ய? இப்படியும் அப்படியுமாத்தானே இன்னிக்கு இவன மாதிரி ஆட்கள் இருக்காங்க!''

''போதுண்டி. முடிவா நீ என்ன சொன்னே?''

''கல்யாணம் பத்தி எல்லாம் பிறகு பார்த்துக்கலாம். முதல்ல வீடு சொந்தமாகணும். அதுக்கு நியாயமா நீ உதவி செய்யுன்னேன்.''

''அதுசரி... இந்தப் பிள்ளை சொன்னா வீட்டுக்காரர் கேட்பாரா?''

''கேட்டா வாங்குவோம். இல்ல, காலி செய்துக்கிட்டு போய்க்கிட்டே இருப்போம்.''

''சரி, கேட்டுட்டார்ன்னா?''

''வீட்டை வாங்கிட வேண்டியதுதான்.''

''பதிலுக்கு உன்கிட்ட கல்யாணம் எப்பன்னா?''

''முதல்ல வீடு பிரச்னை தீரட்டும். அந்தக் கல்யாண விஷயத்தை நான் சமாளிச்சுக்கறேன்!''

''சமாளிச்சிக்கறேன்னா... எப்படிடி?''

''அதை இப்ப எப்படிம்மா சொல்ல முடியும்? முதல்ல எல்லாம் நல்லபடியா நடந்து முடியட்டும்...''

"இதோ பார்... இது சாதாரண விஷயமில்லை. எதுக்கு எதை பணயம் வைக்கறதுங்கறதுக்கு மகா பாரதமே பெரிய உதாரணம். நேத்துக்கூட டி.வி-ல தர்மர், திரௌபதியை வெச்சு சூதாடற கட்டத்தை பார்த்தேன். அது எதுல போய் முடிஞ்சது தெரியுமா?"

பார்வதி சரியாகத்தான் கேட்டாள். செல்வி பதிலுக்கு உற்றுப் பார்த்தாள்.

"என்னடி பார்க்கறே?"

"அப்படி நல்லபடியா முடிஞ்சா அவனையே நான் கல்யாணம் பண்ணிக்கிட்டுப் போறேன். என்ன இப்போ?"

உறுதியான குரலில் சொன்னாள் செல்வி. தலையில் ஏதோ ஒரு பெரிய பானையே விழுந்து உடைந்து விட்டதுபோல் பதிலுக்கு பார்த்தாள் பார்வதி.

"என்ன மிரண்டுபோய் பார்க்கறே? ஜாதி இடிக்குதா? "

"பின்ன?"

"எங்க தலைமுறைல அதுக்கெல்லாம் இடமே இல்லை. பையன் யோக்கியனா? ஆரோக்கியமா இருக்கானா? நல்லா சம்பாதிக்கறானா? இந்த மூணு கேள்விக்கு சரியான பதில் கிடைச்சுட்டா, யெஸ்தான் எங்க பதில்."

"ஐயோ... ஐயோ... என்னடி இப்படிப் பேசற? உங்கப்பா கேட்டா உயிரையே விட்றுவார்."

"எதுக்கு உயிரை விடணும்? நீயும் அவரும் உக்காந்து ஆற அமர யோசியுங்க. எனக்கும் மனசுக்குப் பிடிச்ச வாழ்க்கை... உங்களுக்கும் எனக்காக மாப்ளை தேட்ற வேலை மிச்சம். அதை நினைச்சு சந்தோஷப் படும்மா..."

அம்மா கன்னத்தில் செல்லமாய் ஒரு தட்டு தட்டிவிட்டு டென்ஷனே இல்லாமல் விலகிப் போனாள் செல்வி.

ஆனால், டென்ஷனில் உறைந்து விட்டிருந்தாள் பார்வதி.

04

காலத்தின் வடிவான காளி ஒரு தர்மத்தின் காவல்காரி என்றும் கூறலாம். சத்யம் தவறுபவர் களுக்கெல்லாம் காளி ஒரு சிம்ம சொப்பனம். இவள் ஒரு வரப்ரசாதியும் கூட. இவளுக்கு மிகப் பிடித்தமான இடம் மயானம்!

உண்மையில் பூவுலகில் மயானம்தான் சமதர்மமான ஒரு இடம். ஆண்டியும் சரி, அரசனும் சரி... இருவருக்கும் ஒரே மேடை... ஒரே நெருப்பு! இறுதியில் சாம்பலே மிச்சம். இந்தச் சாம்பல்தான் விபூதியாகி நம்மால் பூசிக் கொள்ளப்படுகிறது. இது நம் வாழ்வின் நிலையாமையையும், முடிவையும் ஞாபகப் படுத்தியபடி இருக்கிறது.

இந்தச் சாம்பலை உடல் முழுக்க பூசிக் கொண்டு காளியை உபாசிப்பார்கள். அவர்களுக்கெல்லாம் காளியும் வேண்டும் வரத்தைத் தருவாள். வரம் பெற்றவர்களோ அதனாலேயே அழிந்து ஞானம் பெறுவார்கள். காளியிடம் வரம் பெறுவதைவிட அவளிடம் மீண்டும் பிறவாமையைக் கேட்பதே ஞானம்.

அப்படிக் கேட்காமல் கேட்ட ஒருவரும் இருந்தார். அவர்.?

சிவராமன் வீட்டுக்காரர் ராஜரத்னத்தைப் பார்க்க வந்தபோது அவர் வெற்றிலை மடக்கி வாயில் திணித்துக் கொண்டிருந்தார்.

"வாங்கய்யா... வாங்க..." என்று வரவேற்கவும் செய்தார்.

"நல்லா இருக்கீகளா?"

''அதான் பார்க்கறீங்களே... பிரியமான வெத்தலையை போட்டுக்கிட்டிருந்தேன்னா திருப்தியா சாப்ட்டுட்டு உக்காந்திருக்கேன்னு தானே அர்த்தம்?''

''சந்தோஷங்க. வீடு விஷயமாத்தான் பேச வந்தேன்...''

''என் பையனும் பேசினான். எழுவதுக்கே முடிச்சி டுங்கப்பான்னும் சொன்னான். நீங்க ரொம்ப கெஞ்சி னீங்களாமே...

ராஜரத்னம் வாயில் குதப்பலோடு கேட்ட விதத்தைச் சரியாகக் கணிக்க முடியவில்லை. 'நான் எங்கே கெஞ்சினேன்?' என்று கேள்வியும் எழும்பியது.

''அப்படியெல்லாம் இல்லீங்க...'' என்று சொல்ல வாயைத் திறந்தபோது சற்றும் எதிர்பாராதபடி, ''சரி, உங்க விருப்பப்படியே முடிச்சிடுங்க. அது பையன் வீடு. அவனே சொல்லும்போது நான் விடைச்சுக்கிட்டு நின்னா நல்லா இருக்காது. அவனுக்கு உங்கக் குடும்பம் மேல ஒரு பெரிய மரியாதை இருக்கறது தெரிஞ்சது. 'பத்து வருஷமா வேற குடி இருக்காங்க. எதுக்குப்பா அவங்ககிட்ட நாம வியாபாரியா நடந்துக்கணும், கொஞ்சம் விட்டுக் கொடுத்து போவோமே'ன்னு சொன்னான். நானும் சரின்னுட்டேன்...''

அவர் பதில் சிவராமனைச் சற்றுத் திகைக்க மட்டுமல்ல, யோசிக்கவும் வைத்தது.

''அடடே... நீங்க உக்காராம நின்னுகிட்டே இருக்கீகளே... முதல்ல உக்காருங்க. நான் அதைக்கூட கவனிக்காம பேசிக்கிட்டு இருக்கேன் பாருங்க'' என்று அவரை உட்காரச் சொல்லவும்தான், மெல்ல உட்கார்ந்தார் சிவராமன்.

அப்போது சிக்கென்ற உடையோடு அவர் எதிரில் சிரித்தபடியே வந்தான் சேகர். வந்தவன், ''வாங்க அங்கிள்...'' என்றான். 'இந்த அங்கிளுக்கு உண்மையான

அர்த்தம் உன் அப்பாவுக்குத் தெரியுமா?' என்பதுபோலப் பார்த்தார் சிவராமன்.

''என்ன அங்கிள்... அப்பா சரின்னுட்டாரா, உங்களுக்கு இப்ப சந்தோஷமா?'' அவன் சிரித்தபடியே கேட்டான்.

''ரொம்ப சந்தோஷம் தம்பி. எனக்கு எப்டி நன்றி சொல்றதுன்னே தெரியல...''

''அதெல்லாம் பெரிய வார்த்தை அங்கிள். நமக்குள்ள என்ன?''

அவன் 'நமக்குள்ள என்ன' என்று கேட்டதும் அவருக்கும் அதன் அர்த்தம் புரிந்தது. சற்று சுரீர் என்றது. ஆனால், வீட்டுக்காரரான ராஜரத்னத்திடம் எந்த சலனமும் இல்லை. இடையே காபி வந்தது. சேகரே எடுத்து நீட்டினான். இப்படியெல்லாம் இதற்கு முன் நடந்ததே இல்லை. சிவராமனுக்கு எல்லாமே ஆச்சரியத்தைத் தந்து கொண்டிருந்தது.

''குடிங்க அங்கிள்...''

''இருக்கட்டும். நான் அதிகம் காபி குடிக்கறதில்ல...''

''அப்ப ஜூஸ் ஏதாவது?''

''எதுக்கு சிரமம்? நீங்க 70 லட்சத்துக்கு ஒத்துக்கிட்டதே எனக்கு ஒரு குடம் தேன் குடிச்ச மாதிரிதான்...''

''அதே சந்தோஷத்தோட போய் மளமளன்னு ரிஜிஸ்ட்ரேஷனுக்கு ஏற்பாடு செய்யுங்க...''

''செஞ்சிடறேன். எப்படியும் ஒரு மாசம் ஆயிடும். பேங்க்ல வீட்டுப் பத்திரம் கேப்பாங்க. அதைக் கொடுத்தாத்தான் அவங்க மத்த பிராசசிங்ல இறங்குவாங்க.''

''நாங்க அதோட ஜெராக்சை தந்துடறோம். ரெஜிஸ்தர் ஆகி முழுத் தொகையைத் தரும்போது ஒரிஜினலைத் தந்துட்றோம் அதானே வழக்கம்?''

''அப்படியே செய்யுங்க. அப்ப, நான் புறப் படறேன்.''

''கொஞ்சம் இருங்க. பணத்தை எப்படிக் கொடுக்கப் போறீங்க?'' ராஜரத்னம் புறப்பட்டு விட்டவரை இழுத்து நிறுத்திக் கேட்டார்.

''நீங்க எப்படிக் கேக்கறீங்களோ, அப்படியே தந்துடறேன்.''

''இல்லை, பத்திரம் பதியும்போது ஒரு லட்சம்னா அந்த காஸ்ட்டுக்கு பத்திரம் வாங்கணும். அங்க அரசாங்கம் நிர்ணயம் பண்ணி, பேங்க் தர்றதா சொன்ன 40 லட்சத்துக்குத்தான் வீடுன்னு சொல்லிடுவோம். மீதி முப்பதை நீங்க முன்னாடியே அட்வான்ஸ் மாதிரி கொடுத்துடுங்க.''

ராஜரத்னம் குரலில் ஒரு கறார் தன்மையுடன், இப்படித்தான் நான் நடப்பேன் என்பது போன்ற ஒரு கட்டளையும் பளிச்சிட்டடது. சிவராமன் சற்று யோசித்து விட்டு, ''சரிங்க, அப்படியே செய்துடறேன்'' என்றவராக புறப்பட்டார்.

சேகரும் வாசல் வரை வந்து வழியனுப்பினான். நடந்து போக இருந்தவரை உடன் சென்று, ''என் பைக்ல உங்க வீட்ல விட்டுட்றேன்...'' என்றான். அவர் மறுத்தும் கேளாமல் பைக்கை எடுத்து வந்தான். அவரும் தயக்கத்தோடு பின்னால் ஏறி அமர்ந்தார்.

அவர்கள் விலகிய அந்த வேளையில் அந்த வீட்டுக்குள் கல்யாண புரோக்கர் ராமலிங்கம் என்பவர் நுழைந்து ராஜரத்னம் முன் நின்றிருந்தார்.

''வாய்யா, புரோக்கரு...''

''ஐயா, ராமலிங்கம்னு பேரைச் சொல்லலாமே.''

''ஏன்... நீ புரோக்கர்தானே?''

''நீங்க ஒண்ணு... இப்பல்லாம் புரோக்கர்ன்னாலே ஒரு மாதிரி பாக்கறாங்க. எங்ககிட்ட எதை கேக்கறதுன்னே

இல்ல. ஒருத்தர் என்கிட்ட வந்து குசுகுசுன்னு பேசிக் கிட்டே ஐட்டம் கிடைக்குமாய்யாங்கறாரு.'' என்றார்.

''ஐட்டம்னா?''

''அதுக்கு பல அர்த்தம். பிராத்தல் கேஸ், கஞ்சா, அரவாணின்னு எல்லாத்துக்கும் ஐட்டம்னுதான் இப்ப பேர்.''

''அப்ப, நீ அதையெல்லாமும் பார்க்கறேன்னு சொல்லு...''

''அய்யா, என்னங்க நீங்க... வாயைக் கழுவுங்க. நான் கல்யாண புரோக்கர் மட்டும்தாங்க.''

''பதட்டப்படாதே. என் பையனுக்கு நல்ல இடமா பாக்கச் சொல்லிருந்தேனே. என்னாச்சு?''

''ஒரு சூப்பர் இடம். அதான் ஓடி வந்துருக்கேன்.''

''பெரிய கைய்யா...?''

''பெரிய... கையாவா? ரொம்பப் பெரிய கை. பொண்ணும் அழகுன்னா அழகு... அப்படியொரு அழகு. ஆனா...''

''என்ன ஆனா?''

''சொல்றேன். முதல்ல அவங்க சீர் செனத்திய சொல்லிட்றேன்.''

சொல்லு...''

''மாப்ளையா வரப்போறவருக்கு ஒரு கார். பொண்ணு மாப்ளைக்கு ஒரு கோடில ஒரு ஃப்ளாட். அதுபோக... பொண்ணுக்கு 200 பவுன் நகை. ரொக்கமா கையில ஒரு கோடி...''

புரோக்கர் சொல்லி முடித்த மறுநொடி, அலிபாபா குகைக் கதவு போல ராஜரத்னத்தின் வாய் பிளந்து கொண்டது.

''என்னங்க... நம்ப முடியலியா...?''

''அப்படித்தான் வெச்சுக்கயேன். நீ சொல்றத பார்த்தா பொண்ணு வீட்டுக்காரன் அம்பானி வகையறாவோ?''

“அட, நீங்க வேற... உங்க ஆளுங்க தாங்க அவங்க.”

“அட்றா சகை. என் சாதியில யாருய்யா அது அவ்வளவு பெரிய பணக்காரன்?”

“நம்ப சினிமா தியேட்டர்காரர் தாங்க...”

“ஓ... முத்தையாவா? ஆமா, அவருக்கு அவ்வளவு அழகா பொண்ணு இருக்கா என்ன? எனக்குத் தெரிஞ்சு அவருக்கு வாரிசே இல்லைன்னுல்ல கேள்வி?”

“கரெக்ட்டுங்க...”

“அப்ப இந்தப் பொண்ணு.?”

“ரெண்டாந்தாரத்துக்குப் பொறந்ததுங்க.”

“என்னய்யா வந்ததுல இருந்து குண்டா போட்றே? அவருக்கு இரண்டாம் தாரம்... அதுக்கு ஒரு பொண்ணா? எப்படி முத பொண்டாட்டி ஒத்துக்கிட்டா?”

“பிள்ளை பெத்துத்தர வக்கு இல்லாட்டி பணிஞ்சு தானே போயாகணும்?”

“சரி... இது ஊர் உலகத்துக்கு தெரியுமா?”

“ஏன் தெரியாம... உங்களுக்குத் தெரியாததுதான் ஆச்சரியம்!”

“எலே, வைப்பாட்டியை ரெண்டாம் தாரம்னு சொல்லி நீ திருகுவேலை பார்த்துடாதே...”

“உங்களுக்கு சந்தேகமா இருந்தா திருத்தணி கோவில்ல வெச்சு அவர் தாலி கட்டுன போட்டோ இருக்கு. ரேஷன் கார்டுலயும் அவங்க பேர் இருக்கு. அப்ப ஒத்துக்குவீங்களா?”

“நீ ஒரு முடிவோடதான் வந்திருக்கே. சரி, என் பையன் அவங்க தகுதிக்கு முட்டிக்கால் அளவுகூட கிடையாதேய்யா. நீ பாட்டுக்கு போட்டோவோட இங்க வந்துட்டே?”

“அதுக்குக் காரணம் இருக்குய்யா...”

"என்ன? அதை முதல்ல சொல்லு."

"அது... அது..."

"என்னய்யா ஏற்கனவே கல்யாணமாகி அறுத்து விட்ட கேசா? அது அதுன்னு இழுக்கறே?"

"அப்படில்லாம் இல்லீங்க. அதுக்கு எப்பவாச்சும் வலிப்பு வருமாம். அதான்..."

"ஓ... அம்புட்டு காசு உள்ளவனுக்கு இப்படி ஒரு ஆப்பா?"

"பொண்ணு சும்மா த்ரிஷா கணக்கா கொடி மாதிரி இருக்குங்க."

"அது யாருய்யா த்ரிஷா?"

"சினிமாவே பார்க்க மாட்டீங்களோ?"

"பாக்கற மாதிரியாய்யா படம் வருது? வெறும் இருட்டுலயேல்ல எடுக்கறாங்க? கேட்டா ட்ரெண்டு, ஸ்டைலுன்னு ஏதேதோ சொல்றாங்க..."

"சரிங்கய்யா. முடிவா என்ன சொல்றீங்க? பெரிய இடம். வியாதியைப் பார்த்தா பங்களா, கார், பணம்னு எல்லாமே போயிடும். கட்டிக்கிட்டா பின்னாலே தியேட்டர்ல இருந்து அவர் சொத்து அவ்வளவும் நம்ம பையனுக்குத்தான் வரும்."

"போட்டோ கொண்டு வந்திருக்கியா?"

"இதோ..." புரோக்கர் நீட்டினார். ராஜரத்னமும் வாங்கிப் பார்த்தவராய், "எங்க காலத்து சரோஜாதேவி கணக்கா நல்லாத்தான்யா இருக்கா" என்றார்.

அதுவே அவர் வரையில் சம்மதித்து விட்டதை புரோக்கருக்குச் சொல்லிவிட்டது. இருந்தும், "ஒரு பத்து நாள் டைம் கொடு, சொல்றேன்..." என்று இழுத்தார்.

"அய்யா, சொல்றேன்னு தப்பா நினைக்காதீங்க. இந்த இடத்தை விட்றாதீங்க. பொண்ணு பார்க்க வரும் போது சும்மா வராம் கொஞ்சம் தாட்டியமா வாங்க.

அதேபோல நிச்சயம் பண்ணும்போது ஒரு 50 பவுன் போட்டு தியேட்டர்காரரை ஒரு அசத்து அசத்திடுங்க. மிச்சத்த அவர் பார்த்துப்பார்.'"

"நீ ஒரு முடிவு பண்ணிட்டேன்னு சொல்லு…"

பதிலுக்கு புரோக்கர் ஒரு கெச்சல் சிரிப்பு சிரித்தார்.

05

பிராந்தர் என்று ஒரு சித்தர். பிராந்தன் என்றால் மலையாளத்தில் பைத்தியக்காரன் என்று பொருள். இவரும் கேரளத்தைச் சேர்ந்தவர். ஆனால், மிகத் தெளிந்தவர். இவருக்கு யானைக்கால் வியாதி வந்து அத்துடனேயேதான் வாழ்ந்தும் வந்தார்.

அன்றாடம் பிட்சை எடுத்து அதில் கிடைக்கும் அரிசியில் சோறு பொங்கி, அதோடு கீரை சேர்த்து சமைத்து தானும் உண்டதோடு பறவைகட்கும், நாய்களுக்கும் அதை உண்ணத் தருவார்.

"நீ எடுப்பதே பிச்சை. இதில் தருமம் வேறா?" என்று ஒருவர் பிராந்தரைப் பார்த்துக் கிண்டல் செய்தார். பிராந்தர் துளியும் கோபிக்காமல், "நான் எடுப்பது பிச்சையல்ல… பிட்சை! அதை முதலில் புரிந்து கொள். நான் வறுமை காரணமாக பிச்சை எடுக்க வரவில்லை. கோடானுகோடி செல்வம் இருந்தும் அதைத் துறந்து பிட்சை எடுக்க வந்தவன்!" என்றார். அவருக்கோ ஆச்சரியம்!

பிச்சைக்கும் பிட்சைக்கும் அப்படி என்ன வேறுபாடு?

சிவராமன் சொன்னதைக் கேட்டுப் பூரித்துப் போனாள் பார்வதி.

"இப்பத்தாங்க எனக்குக் கொஞ்சம் நிம்மதியா இருக்கு. செல்வி சொன்னப்பக்கூட நான் நம்பலை.

ஆனா, அவ சாதிச்சுக் காட்டிட்டா பாத்தீங்களா?" என்றாள்.

"பார்வதி... அந்த சேகர் நம்ம மக மேல இருக்கற ஆசைலதான் அப்பாவை சம்மதிக்க வெச்சிருக்கான். இதுல வார்த்தைக்கு வார்த்தை அங்கிள்ங்கற அழைப்பு வேற... எனக்கு ஒரு மாதிரி இருந்துச்சு பார்வதி..."

"அதான் இவளை அவன் விரும்பறான்னு சொன்னேனே..."

"என்னை சம்மதிக்க வெச்சு சமரசம் பண்ணிட்டே. ஆனா, அங்க வீட்டுக்காரர் சம்மதிக்கணுமே?"

"அதை எல்லாம் அந்தத் தம்பி பார்த்துக்குங்க..."

"இதெல்லாம் சரியா வருமா பார்வதி?"

"ஒரே சமயத்தில வீடு, கல்யாணம் ரெண்டும் முடியறது நல்லதுதானே? நமக்கு எதுக்கு ஜாதி வீம்பு? இன்னிக்கு யார் வீட்ல ஜாதி மாறி கல்யாணம் நடக்கல... நாம இந்த சமூகத்தை நினைச்சு பயப்படறதுக்கு?"

"இப்ப சொன்னியே... இதெல்லாம்தான் என்னை கொஞ்சம் சமாதானப்படுத்தியிருக்கு. ஆனா, நாளைக்கு யாராவது பொண்ணை வெச்சு பையனை மயக்கி, வீடு, கல்யாணம் இரண்டையும் இந்த சிவராமன் முடிச் சிட்டான்னு தப்பா சொல்லிடக் கூடாது."

"அதெல்லாம் யாரும் சொல்ல மாட்டாங்க. சொன்னாலும் நாம கண்டுக்கக் கூடாது. நமக்கு நம்ம பிள்ளைங்க நல்லா இருந்தா போதுங்க!"

கணவன் மனைவி இருவரும் நடந்து முடிந்ததை அசை போட்டபடி இருக்க, செல்வியும் பியூட்டி பார்லரில் தனக்கான வேலை முடிந்து திரும்பியிருந்தாள். அவளைப் பார்க்கவும் சிவராமனும் புன்னகையானார்.

"என்னப்பா... போய் பேசிட்டீங்களா?"

"பேசிட்டேன்மா. எல்லாம் நல்லபடியா முடிஞ்சிடுச்சு."

"நின்னுகிட்டேதான் பேசினீங்களா? இல்ல, உக்காரச் சொன்னாங்களா?"

"அதெல்லாம் மரியாதையாத்தாம்மா நடத்தினாங்க. ஒரு குறையும் இல்லை. சேகர் தம்பியே தன் பைக்ல வீடு வரை கொண்டு விட்டுட்டும் போனார்."

அவர் சொல்லும்போதே அவள் கைபேசி சிணுங்கியது. எடுத்துப் பார்த்தாள். சேகர்தான்! உடனேயே உள்ளே அறைப் பக்கம் சென்று கதவை லேசாகச் சாத்திக் கொண்டு காதைக் கொடுக்க ஆரம்பித்தாள்.

"சொல்லுங்க.:"

"என்ன செல்வி, சொல்லுங்கன்னு சோகமா ஆரம்பிக்கறே?"

"இப்பதான் ட்யூட்டி முடிஞ்சு வந்தேன். டயர்டா இருக்கு..."

"ஆமா, அந்த வேலைல உனக்கு எவ்வளவு சம்பளம் கிடைக்கும்?"

"எதுக்குக் கேக்கறீங்க?"

"ஏன்... நான் கேட்கக் கூடாதா?"

"மாசம் 15,000"

"அப்ப, ஒரு நாளைக்கு 500 ரூபாய்தானா?

"அதுக்கே பயங்கர போட்டி. இப்பல்லாம் தெருவுக்கு ஒரு பார்லர் வந்துடிச்சே?"

"வேண்டாம் செல்வி உனக்கு அந்த வேலை?"

"ஏன்? பொண்ணுங்க வேலைக்குப் போறது உங்களுக்கு பிடிக்காதா?"

"பெண்கள் சம்பளத்துல குடும்பம் நடத்தறது அத்தனை சரியில்லைன்னு நான் நினைக்கறேன்."

அவன் கருத்தில் அவளிடம் ஒரு சன்னமான ஆச்சரியம். மகிழ்ச்சியும்! '

"என்ன செல்வி அமைதியாயிட்டே?"

"இப்பல்லாம் வேலைக்குப் போற பெண்களைத் தான் ஆண்களுக்கு பிடிச்சிருக்கு."

"நான் அப்படிப்பட்ட ஆண் இல்லை..."

"ஓ..."

"என்ன ஓ...? ஆமா, உங்க அப்பா எங்க வீட்டுக்கு வந்துட்டுப் போனதைப் பத்தி எதுவுமே சொல்லலியே?"

"இப்பதான் அப்பாகிட்ட கேட்டேன். உங்களுக்கு ரொம்ப நன்றி."

"என்ன மூணாம் மனுஷன் கிட்ட பேசற மாதிரி நன்றிங்கறே?"

"எனக்கு என்ன சொல்றதுன்னே தெரியல..."

"எதுக்கு சொல்லணும்? அப்படியே இச்சுன்னு ஒரு முத்தம் கொடுத்துடு. அது என்வரைல ஆயிரம் நன்றிக்குச் சமம்."

அவளிடம் ஒரு குபீர் அதிர்வு.

"என்ன செல்வி, திரும்பவும் அமைதியாயிட்டே?"

"தயவுசெஞ்சு இப்படியெல்லாம் என்கிட்ட பேசா தீங்க."

"ஏன்... நான் என்ன எவகிட்டயோவா முத்தம் கேட்டேன். நான் கட்டிக்கப் போறவ கிட்டத்தானே?"

"அதுக்கு உங்கப்பா சம்மதிச்சுட்டாரா?"

"இப்ப எதுக்கு அவரைப் பத்தின பேச்சு. அதான் அவரை 70 லட்சத்துக்கு சம்மதிக்க வெச்சேன்ல..."

"பணமும் சாதி, அந்தஸ்து ரெண்டும் ஒண்ணா?"

"இப்ப என்ன... அவர் சம்மதிச்சாத்தான் நீ சம்மதிப்பியா?"

"ஆமாம். நம்ம கல்யாணம்ங்கறது நமக்குள்ள காதலா இருந்தாலும் அரேஞ்சுடு மேரேஜாதான் நடக்கணும். அதுதான் என் கௌரவம்."

"சரி, இப்ப சொல்றேன் கேட்டுக்கோ. என் அப்பா என் விருப்பத்துக்கு எப்பவும் எதிரா நடக்க மாட்டார்."

"அப்ப முதல்ல சம்மதத்தை வாங்குங்க. அப்புறம் இந்த முத்தம் பத்திப் பேசலாம்."

"செல்வி, நீ ஏன் இப்படி தூரவே நிக்கறே?"

"அதுதானே எனக்கு நல்லது?"

"இல்ல... நீ என்னை மனசார ஏத்துக்கல. என்மேல் உனக்குத் தயக்கம் இருக்கு?"

"......."

"என்ன செல்வி, திரும்ப அமைதியாயிட்டே?"

"சேகர்... என்னை தர்மசங்கடப்படுத்தாதீங்க. ப்ளீஸ்..."

"நீ என்ன மரக்கட்டையா? நான் உனக்காக எவ்வளவு இறங்கி வரேன். ஏன் இப்படி தூரவே நிக்கறே?"

"......."

"இன்னும் என்ன மௌனம்?"

"சரி, நான் இப்ப என்ன செய்யணும்?"

"நான் கேட்டதைக் கொடு. அப்பதான் என் மனசும் சமாதானம் ஆகும்..."

அவளும் வெகுநேரம் யோசித்துவிட்டு இறுதியாக 'இச்' என்று செல்போனில் முத்தமிட்டு முடித்தாள்.

"போன்ல கொடுக்கறதுக்கே இந்தப் பாடுன்னா... நிஜத்துல கொடுக்க காலைப் பிடிச்சு கதற விட்டுடுவே போலருக்கே" என்றான் சேகர்.

"அப்ப அதுக்காக கால்ல எல்லாம் விழுவீங்களா?" அவள் தெரியாதவள் போலக் கேட்டாள்.

"நீ சொல்றதப் பார்த்தா விழ வெச்சிடுவே போலருக்கே... சரி, எப்ப நேர்ல சந்திக்கலாம்?"

"அதெல்லாம் வேண்டாம். அப்பாவுக்கு தெரிஞ்சா வருத்தப் படுவார்."

"மாப்ளை கிடைச்சதுக்கு சந்தோஷம்ல படணும்?"

"அதுக்காக கல்யாணத்துக்கு முன்னால ஊர் சுத்த அனுமதிப்பாங்களாக்கும்... வைங்க போனை..."

போனை அவள் கத்தரித்திட, அவள் பேசியது வெளியே சிவராமன் காதில் விழுந்து, அவர் முகத்தில் பூரிப்பு!

சிகரெட் பிடித்த வாயில் சூயிங்கம் போட்டு மென்றபடி வந்த சேகரை ஏறிட்டார் ராஜரத்னம்.

"என்னப்பா?"

"கொஞ்சம் இப்படி உக்காரு. உன்கிட்ட கொஞ்சம் பேசணும்..."

"சொல்லுங்கப்பா..."

அவரும் புரோக்கர் சொன்னதையெல்லாம் சொல்லி முடித்தார். சேகர் முகத்தில் ஒரு ஆழ்ந்த அமைதி.

"என்னய்யா... என்ன ரொம்ப யோசிக்கறே? தவம் இருந்தாலும் இப்படி ஒரு இடம் கிடைக்காது. என்ன சொல்றே?"

ராஜரத்னம் அந்தப் பெண்ணுக்கு வலிப்பு வரும் என்பதை அத்தனை அழுத்தமாகச் சொல்லவில்லை.

"ஏதோ அப்பப்ப கொஞ்சம் கை காலை வெட்டி இழுக்குமாம். அதெல்லாம் ஒரு மேட்டரா? நம்ப சித்த வைத்யர் சிவகணேசன் கிட்டப் போனா அவர் சரி செய்துட்டு போறாரு. போகர் சித்தர் வம்சாவளில

வர்றவர். விட்றுவாரா?'' என்று கேட்டுக் கடந்திருந்தார். அதனால் அவள் வியாதி அவனுக்குள் ஆழமாகப் பதிவாகியிருக்கவில்லை. எனவே, அவர் சொன்னதில் அவனுக்குள் பலத்த சிந்தனை!

''என்னய்யா... இப்படி வெங்கலம் கணக்கா கம்முன்னு கிடக்க. உம்பேச்சை நான் கேட்டேன்ல... என் பேச்சை நீ கேக்கணுமில்ல...''

அவர் தன் பேச்சில் ஒரு கொக்கியை மாட்டினார். அவனும் நிமிர்ந்து பார்த்து அவரை ஊடுருவினான்.

''என்ன பார்க்கறே... நீ சொன்னேன்னுதானே பத்து லட்சத்தை குறைச்சேன்...''

''அதுக்கு?''

''இதுக்கு சரின்னு சொல்லு. பெரிய்யய இடமில்ல...''

''.........''

''ஏன்... அந்த சிவராமன் பொண்ணு உன்ன மடக்கிட்டாளாக்கும்?''

''அப்பா ஆஆஆ...''

''நீ அந்தாளை அங்கிள், அங்கிள்ன்னும்போதே எனக்கு சந்தேகம்தான்...''

''ஆமாம்ப்பா... நான் அவளைக் காதலிக்கறேன்...''

''அவுக என்ன ஆளு... நாம என்ன ஆளு?''

''அப்பா இப்ப ஐயருங்களே சாதி பார்க்கறதில்ல. நீங்க போய்....''

''அப்ப இந்த இடம் வேண்டாம். அந்த தரித்திரம் புடிச்சவன் இடம்தான் வேணும். அப்படித்தானே?''

''அப்பா... புரிஞ்சுக்குங்கப்பா. அந்தப் பிள்ளை கிட்ட நான் ரொம்பவே உள்ள விழுந்துட்டேன்பா...''

''அதுக்குத்தான் பத்து லட்ச ரூவாய விட்டுக் கொடுத்தாச்சே... விட்று. என் பேச்சைக் கேளு...''

"அப்பா…"

"டேய்… பொழைக்கற வழியப் பாரு. நீ அவளை கசக்கியிருந்தாக் கூட எனக்குக் கவலையில்லை. அதுக்கெல்லாமும் சேர்த்துத்தான் 10 லட்சத்தை நான் விட்டுத் தந்தேன். போ… போய் வேலையப் பாரு. அதுங்கூட இனி எந்தத் தொடர்பும் வெச்சிக்காதே…"

ராஜரத்னம் ரௌத்ரமாய் முடித்தார். சேகர் முகத்தில் மிரட்சி!

06

'பிச்சைக்கும் பிட்சைக்கும் அப்படி என்ன வேறுபாடு?' கேள்வி கேட்டவர் விழித்திட, பிராந்தர் விளக்கம் கூறலானார். "பிச்சைக்காரனுக்கு ஒரு நயா பைசாகூட ரொம்பப் பெருசு. பிட்சைக்காரனுக்கு ஒரு ஆயிரம் கூட நயா பைசாவைவிட சிறிசு!

அரிசியை பிட்சையா வாங்கறதுதான் சன்யாசக் கொள்கை. பதிலுக்கு அவங்க கர்மத்துல கொஞ்சத்தையும் வாங்கிக்கறோம். அப்படிச் சேர்த்த கர்மம், அப்புறம் என் முன்னோர்கள் கர்மம், என் கர்மம் எல்லாம் சேர்ந்துதான் இதோ, இந்த யானைக்காலா மாறி இருக்கு. எங்களால மட்டும்தான் பாவத்தைப் பங்கு போட்டுக்க முடியும். நீ ஆசைகளோட வாழற சாமான்யன். என்னைச் சீண்டி சாபத்துக்கு ஆளாகாம போ…" என்று முடித்தார் பிராந்தர்.

பிராந்தர் அளித்த விளக்கம் அவரைப் பல வகைகளில் யோசிக்க வைத்தது. ஒரு சன்யாசியின் பின்புலத்தில் இப்படிக்கூட கூறுகளா என்ற கேள்வியும் எழுந்தது.

பார்வதி தன் அவ்வளவு நகைகளையும் கொண்டு வந்து சிவராமனின் இரண்டு கைகளுக்குள்ளும் வைத்தாள். பதினைந்து பவுன்! அதாவது 120 கிராம்.

அடகு வைத்தால் ஏழரை லட்சம் கிடைக்கும். பேங்க் தருவதாகச் சொன்னது 40 லட்சத்தை. இந்த ஏழரையைச் சேர்த்தால் நாற்பத்தியேழரை. 70 லட்சத்துக்கு இன்னும் இருபத்திரண்டரை லட்சம் வேண்டும். இதுபோக பத்திரச் செலவு எப்படியும் ஒரு மூன்று, நான்கு லட்சங்கள்!

நகையை வாங்கிக் கொண்ட சிவராமனுக்கு, மிச்சத் துக்கு என்ன செய்யப் போகிறோம் என்னும்போதே மயக்கம் வரும் போல் இருந்தது.

பார்வதி ஒரு ரோல்டுகோல்டு சங்கிலியிலும் வளையலிலும் பரிதாபமாகப் பார்த்தாள்.

''என்ன யோசனை?''

''மிச்சத்துக்கு என்ன பண்ணன்னு யோசிக்கிறேன்.''

''அதான் ஊருக்கு வெளியே ஒரு அஞ்சு சென்ட் நிலம் கிடக்குதே, அதை வித்துட வேண்டியதுதான்...''

''அது நாம நினைக்கற விலைக்கு போகாது பார்வதி.''

''எவ்வளவு போகும்?''

''ஒரு அஞ்சு லட்சம் போனா அதிகம்...''

''அதை வாங்கும்போது அஞ்சு வருஷத்துல 20 லட்சம் போகும்னு சொல்லில்ல வித்தான்.''

''அப்பத்தானே நாம வாங்குவோம். அது களவு போகாம அப்படியே இருக்கறதே பெரிய விஷயம்.''

''இது என்ன கொடுமை?''

''நிலம்னாலே கொடுமைதான் பார்வதி. டி.வி. விளம்பரங்களைப் பார்த்து நிலம் வாங்கின யாரும் நிம்மதியா இல்லை. இருபது அடில கல்கண்டு மாதிரி தண்ணி. கூப்பிடு தூரத்துல மார்க்கெட், பள்ளிக்கூடம்னு அடிச்சு விட்டானுங்க. அவங்க கூப்பிடு தூரத்துக்கு அர்த்தம் 10 கிலோமீட்டர். எப்பவும் நிலம் விக்கறவனுக்கு 10 கிலோமீட்டர் தூரமும் ஒரு கிலோமீட்டர்தான். அதே ஆட்டோக்காரனுக்கு 1 கிலோமீட்டர் தூரமும் 10 கிலோ

மீட்டராத்தான். தெரியும். நாமதான் பார்வதி சூதானமா இருந்திருக்கணும்."

"இப்ப என்னங்க பண்ணப் போறீங்க?"

"புரோக்கர்கிட்ட சொல்லியிருக்கேன். பார்ப்போம்..."

"அப்படியே அது நல்ல விலைக்குப் போனாலும் இன்னமும் தேவைப்படுதே."

"ஒரு 20 லட்ச ரூபாயை நான் கேஷ் லோனா நம்ப நிஜாம்பாய் கிட்ட கேட்ருக்கேன்."

"என்னங்க சொல்றீங்க? நிஜாம்பாய் கிட்டயா?"

"ஆமாம். பதிலுக்கு அஞ்சு வருஷம் நான் சம்பளம் இல்லாம அவருகிட்ட வேலை பார்த்தா போதும்."

"அப்படி என்ன வேலை?"

"அதுவும் இங்க இல்ல பார்வதி. துபாய்ல..."

"துபாய்லயா?"

"ஆமா. அங்க அவருக்கு ஒட்டகப் பண்ணை இருக்குதாம். அங்க இருக்கற ஷேக் ஒருத்தரோட சேர்ந்து நடத்தறாராம். அந்தப் பண்ணைல நூத்துக்கணக்கான ஒட்டகங்கள் இருக்குதாம். ஒரு 20 பேர் வரை வேலை பாக்கறாங்களாம். நான் மேனேஜர் மாதிரி இருந்து பார்த்துக்கணும்."

"என்னங்க இது இப்டி குண்டைத் தூக்கிப் போட்றீங்க.?"

"தெரியும். நீ இப்படித்தான் சொல்வேன்னு. அதான் உன்கிட்ட நான் எதையும் பேசல..."

"இல்லீங்க. இந்த வீடே வேணாங்க. பேசாம நாம வாடகை வீட்லயே இருந்துக்குவோங்க."

"பைத்தியம் மாதிரி பேசாதே பார்வதி. ஒண்ண இழந்தாத்தான் ஒண்ணு கிடைக்கும். நான் வருஷாவருஷம் ஒரு மாச லீவு எடுத்துக்கிட்டு வந்து போவேன். 5 வருஷம் இப்படிங்கறதுக்குள்ள பறந்து

போயிடும். அது மட்டுமில்ல... அங்க ஓவர்டைம் பார்த்தா டபுள் சேலரி. அதைச் சேர்த்துவெச்சு உனக்கு தங்கமா வாங்கி வருவேன். இந்த 15 பவுனைத் திருப்பாம விடமாட்டேன்.''

இருவர் பேசுவதையும் கேட்டபடியே பெட்ரூமில் இருந்து வந்தாள் செல்வி. இருவரையும் மிகக் கூர்மையாகப் பார்த்தாள்.

''என்னடி அப்படிப் பாக்கறே?''

''நீ சொன்னதுதாம்மா சரி. நாம வீடு ஒண்ணும் வாங்க வேணாம். இவரும் எங்கேயும் போக வேண்டாம்.

''அப்படிச் சொல்லுடி! 5 வருஷம் துபாய்ல இவர் ஒட்டகப் பண்ணைல வேலை பார்ப்பாராம். நாம இங்க மோட்டுவளைய பார்த்துகிட்டு உக்காந்திருக்கவா?''

''அப்பா... போங்க. போய் வேலையப் பாருங்க. வீடும் வேண்டாம். ஒரு புண்ணாக்கும் வேண்டாம்.''

உக்ரமாய் வந்தன வார்த்தைகள்!

''அம்மாடி... பாசத்துல நீ இப்படிப் பேசறே. ஆனா, வாழ்க்கைல எப்பவும் ஒண்ணை இழந்தாத்தான் ஒண்ணு கிடைக்கும். பிராக்டிகலா யோசி. இன்னிக்கெல்லாம் நம்மால ஒரு வீடுகட்ட முடியுமா? அதுவும் இப்படி ஒரு டவுனுக்குள்ள?''

''அதுக்காக... நீ உன்னையேவா அடமானம் வைப்பே?''

''இந்த 60 வயசு கிழவனை ஒத்துக்கிட்டானே? நீ அதை யோசி. இங்க இருந்தா நான் என்ன பண்ணுவேன்? காபி குடிக்கவும், தினமலர், தினத்தந்தி படிக்கவுமே பொழுது போயிடுமே... என்ன பிரயோஜனம்? எனக்கு இப்பதாம்மா என்னையே பிடிச்சிருக்கு. 30, 40 வயசுல கிடைக்கவேண்டிய வேலை 60 வயசுலயாவது கிடைச்சதை நினைச்சு சந்தோஷப் படறேம்மா...''

“அப்பா... அங்க சாப்பாடு, தூக்கம் எல்லாமே பிரச்னை. இப்பகூட ஒரு மலையாளப் படம் பார்த்தேன். வேலை கிடைக்காத ஒருத்தன் அங்க போய் ஒட்டகம் மேய்ச்சு பாடாப் படறதுதான் கதை. அங்க இருந்து தப்பிவர அவன் பட்ட பாடு இருக்கே... அது ஒரு ஜெயில்பா. உனக்கு சரிப்பட்டு வராதுப்பா.”

“இல்லம்மா. பாய் எனக்கு அல்லா மேல சத்யம் பண்ணி சொல்லியிருக்கார். ஏ.சி. குவார்ட்டர்ஸ்... வேளைக்கு நம்ம இந்திய சாப்பாடு, டி.வி., ப்ரிட்ஜ்ன்னு எந்தக் குறையுமில்லம்மா...”

அவர் விவரித்துச் சொல்லும்போதே வாசல்புறம் நிழலாட்டம். திருமபிப் பார்த்தால் நிஜாம் பாய். கையில் ஒரு லெதர் பேக்.

“அடடே... வாங்க பாய். வாங்க... இப்பதான் உங்களப் பத்தி சொல்லிக்கிட்டிருந்தேன். வந்துட்டீங்க...”

சிவராமன் வரவேற்றிட, பாயும் வந்து அமர்ந்தார். துணுக்கு தாடி, நெற்றியில் தொழுகைத் தழும்பு, தலையில் குல்லாய்... அவரை அப்பட்டமான ஒரு இஸ்லாமியராக காட்டியது.

“என்னங்கய்யா... உங்க வீட்ல பயப்பட்றாங்களா?” என்று அமர்ந்தபடியே கேட்டார். சிவராமன் அசட்டுச் சிரிப்பில் அதை ஆமோதித்தார்.

“இதான் உங்கப் பொண்ணா.? இதுக்குத்தான் கண்ணாலம் பண்ணனுமா?”

“ஆமாம் பாய்...”

“வீட்டை முதல்ல முடிங்க. கல்யாணத்தையும் பின்னாலயே முடிச்சிடலாம். நான் இருக்கேன்” என்றார். உறுதியான குரலில்.

“அது வந்து பாய்... நாங்க என்ன நினைக்கி றோம்னா,..” என்று பார்வதி மறுப்புச் சொல்ல வாயெடுத்தாள்.

''பயப்படாதீங்க. நான் கேரண்டி தரேன். எனக்கு நம்பிக்கை யாவும், நாணயமாவும் ஒருத்தர் வேணும். அது இவரா இருந்துட்டா ரொம்ப நல்லதுன்னு பாக்கறேன். இன்னும்கூட சம்பளம் தரேன். உங்களுக்கு பிரிஞ்சிருக்க கஷ்டமா இருந்தா நீங்களும் கூடப் போங்க. இந்த வீட்டை வாடகைக்கு விட்றுங்க. நான் எல்லா ஏற்பாடும் செய்றேன்.''

பாய் மிக நிதானமாய்... ஆனால், அழுத்தமான குரலில் பேசினார். அதில் உண்மை இருப்பதை குரலின் தொனி உணர்த்தியது. செல்விக்கும் புரிந்தது.

''அது இல்ல... உங்க சமூகத்துல ஒரு நல்ல மனுஷன் இல்லையா என்ன? பார்வதி தயங்கினாலும் கேட்டுவிட்டாள்.''

''இருக்காங்கம்மா. இல்லாம இல்லை. ஆனா, சிவராமன் பண உதவி கேட்கவும்தான் நான் இப்படி ஒரு முடிவை எடுத்தேன். உங்களுக்கு இஷ்டமில்லாட்டி விட்றுங்க. எனக்கு ஒரு ஆட்சேபணையும் இல்லை'' என்றபடியே எழுந்தார்.

''உக்காருங்க பாய்...'' என்று சற்று அதட்டும் குரலில் அவரைத் தடுத்தார் சிவராமன். அவரும் அமர்ந்தார்.

''நான் போகப் போறது உறுதி. வீடு, வேலை எல்லாம் நல்லபடியா கிடைக்கறது எவ்வளவு பெரிய விஷயம் தெரியுமா? இவங்க பாசத்துக்கு அதெல்லாம் தெரியல பாய். எல்லாம் போகப் போக சரியாயிடும்'' என்ற சிவராமனை, பார்வதி கண்கள் கலங்கப் பார்த்தாள்.

''அழாதே பார்வதி. இது சந்தோஷப்பட வேண்டிய நேரம்.''

''ஆமாம்மா. அப்பா சொல்றதும் சரிதான். அதான் நம்பளையும் சேர்த்து போகச் சொல்றாரே பாய். நான் கல்யாணமாகி இந்த வீட்ட பாத்துக்கறேன். நீ

அப்பாகூடப் போய் இரும்மா. வருஷம் ஒரு தடவை வந்துட்டுப் போங்க. என்ன இப்ப?''

செல்வி சம்மதித்து விட்டாள். பாய் லெதர் பேக்கை நீட்டியபடியே பேசினார்.

''சிவராமய்யா... இதுல 20 லட்சமிருக்குது. அக்ரிமெண்ட் பேப்பரும் இருக்குது. மெல்ல படிச்சுப் பார்த்து கையெழுத்து போட்டு ஒரு காபியை நீங்க வெச்சுக்கிட்டு ஒரு காபியை எனக்குக் கொடுத்துடுங்க. இப்பவே செய்யணும்னு இல்லை. நல்ல நேரம் பார்த்துத்தான் நீங்க எதையும் செய்வீங்க. அப்படியே செய்யுங்க. வீட்டையும் காலா காலத்துல ரிஜிஸ்தர் பண்ணி சொந்தமாக்கிக்குங்க. நான் வரட்டுமா?''

பாய் சொன்னதைக் கேட்டபடியே சிவராமனும் பேக்கை வாங்கித் திறந்து பார்த்தார். கட்டுக் கட்டாய் லட்சங்கள்.

''ரொம்ப தேங்க்ஸ் பாய். பணமாதான் வேணும்னு கேட்டேன். ஏன்னா, வீட்டுக்காரர் பணமாதான் கேட்டாரு. நீங்களும் அப்படியே கொடுத்துட்டீங்க.''

சிவராமன் குரலில் நெகிழ்ச்சி.

''இந்த வீடு வாங்கறது, விக்கறது பிசினசே இப்படித் தான். கறுப்பும் வெள்ளையும் கலந்துதான் இருக்கும். அதுலயும் ராஜரத்னம் படா உஷார் பேர்வழி. அவர் 10 லட்சம் குறைச்சுக் கிட்டதையே என்னால நம்ப முடியல. எல்லாம் உங்க நல்ல நேரம்...

''ஆமாம் பாய். சரியா சொன்னீங்க. நல்ல நேரம்தான். கொஞ்சம் இருங்க. இப்பவே கையெழுத்து போட்டுத் தந்துடறேன்.''

''சிவராமய்யா, ஒண்ணும் அவசரமில்ல. நல்லா படிச்சுப் பார்த்துட்டு போட்டாப் போதும்.''

''உங்களை எனக்குத் தெரியும் பாய். உண்மையான ஒரு இஸ்லாமியனைவிட ஒரு உறுதியான நல்லவன்

இருக்க முடியாது. நீங்க அஞ்சு வேளை தொழறவர். எதையும் நேரா பேசறவர். இப்பவும் பேசிட்டீங்க. இதுக்கு மேல என்ன வேணும்?" என்று கேட்ட சிவராமன், அக்ரிமெண்ட் டாக்குமெண்ட்டில் மளமளவென்று கையெழுத்துப் போட்டு அதன் ஒரு பிரதியையும் நீட்டினார்.

பாயும் வாங்கிக் கொண்டு புறப்பட முயல, "இருங்க பாய். ஒரு காப்பியாவது சாப்ட்டுட்டுத்தான் போகணும்." என்று தடுத்தாள் பார்வதி.

"அம்மாடி... நீங்க வீட்ட முடிச்சு கிரகப்பிரவேசம் பண்ணுங்க. அப்ப விருந்தே சாப்புடறேன். இப்ப புறப்பட்றேன்." என்று புறப்பட்டார்.

மூவர் முகத்திலும் ஒரு தனி நிறைவு!

07

பிராந்தர் கேள்வி கேட்டவர் வாயை அடைத்த நிலையில், தன் யானைக் கால்களுடன் மெல்ல நடந்து சென்று மலையடிவாரத்து குகைக்குள் நுழைந்து அரிசியைக் கொண்டு சோறு பொங்கினார்.

அப்படியே கீரை பறித்து வந்து அதனுள் போட்டு கிளறினார். பின் நான்கு உருண்டைகளை உருட்டி விழுங்கினார். மீதமிருந்ததை ஒரு இலையில் வைத்துவிட்டு விலகிய நிலையில், அதை நாய்கள் சில ஓடிவந்து உண்டு தீர்த்தன.

அப்படியே மயானம் நோக்கி நடந்தவர், அங்குள்ள ஒரு சமாதி மேலேயே படுத்தார். சற்றுத் தள்ளி ஒரு சடலம் எரிந்தபடி இருந்தது. அதைப் பார்த்தவர் சிரித்தார். அது ஒரு பணக்காரனின் சடலம்!

"என்ன ஆட்டம் ஆடினே... இப்ப பார். ஆரம்பம் காம நெருப்பு முடிவு கட்டை நெருப்பு. நெருப்புல தொடங்கி

நெருப்புல முடியறதுதான் வாழ்வு...'' என்று சொல்லி சிரித்தார். அவரைப் பார்த்தபடி வந்த புலையன், ''சாமி, இன்னிக்கு சிவராத்திரி. இங்க படுக்காதீங்க'' என்றான்.

''ஏன்? என்னாகும்?''

''காளி உலா வருவா சாமி, பார்த்தா பயத்துல குடலெல்லாம் வாய் வழியா வந்துடும். பேய்களும் ஆட்டமா ஆடும்...''

''அப்ப, பாத்துத்தான் தீரணும்'' என்றார் பிராந்தர்.

பாய் போய்விட்ட நிலையில் சிவராமனைக் கண்கலங்கப் பார்த்தாள் பார்வதி.

''என்ன பார்வதி... சிரிக்க வேண்டிய நேரத்துல அழுவறே? எல்லாம் நல்லாதானே போய்க்கிட்டிருக்கு? வீட்டுக்காரர் 10 லட்சத்தைக் குறைச்சார். அவர் பையனே மாப்ளையாகவும் வரப் போறார். நாமளும் துபாய் போகப் போறோம். கொஞ்சம் யோசிச்சுப் பார். எவ்வளவு நல்ல விஷயங்கள்?''

அவர் கேட்கவும், ''இது ஆனந்தக் கண்ணீருங்க...'' என்று சிரித்தாள் பார்வதி. செல்வி முகத்திலும் புன்னகை!

''வீட்டு ரிஜிஸ்ட்ரேஷனோட இவ கல்யாணத்தையும் முடிச்சிடணுங்க...''

''அந்த இடம் மட்டும் நல்ல விலைக்குப் போயிட்டா முடிச்சிடலாம் பார்வதி. இவ்வளவு நல்லது நடந்திருக்கு. அதுதான் நடக்காதா, என்ன?''

நம்பிக்கையாகப் பேசினார் சிவராமன். செல்வி ஒதுங்கிப் போய் செல்போனில் சேகரை அழைக்கத் தொடங்கினாள். அதில் ரிங் போய் கட்டாது. நம்பரைப் பார்த்தவுடனேயே 'ஹலோ டார்லிங்' என்பவன் கட் செய்தது ஆச்சரியமாக இருந்தது.

'கால் மீ ப்ளீஸ்...' என்று டைப் செய்து மெசேஜ் அனுப்பினாள். காத்திருக்கத் தொடங்கினாள்.

பால்கனியில் லுங்கி, பனியனில் படு கேஷுவலாய் இருந்த சேகர் முகத்தில் தீவிர சிந்தனை. செல் சிணுங்கவும் செய்தியைப் பார்த்தான். திரும்பவும் நெற்றி சுருங்க, பால்கனி தொட்டிச் செடியின் இலை ஒன்றைக் கிள்ளி அதைச் சுருட்டினான். நெடுநேரத்துக்குப் பிறகு அவளே திரும்ப அழைக்கவும், காதைக் கொடுத்தான்.

“என்ன சார், என்னாச்சு? என் போன்னாலே பாய்ஞ்சு வருவீங்க. இப்ப என்னாச்சு.?”

“பாத்ரூம்ல இருந்தேன். டிசென்ட்ரி.” புளுகத் தொடங்கிவிட்டான்.

“ஐய்யோ... எப்ப இருந்து?”

“காலைல இருந்து. சரி, என்ன விஷயம்?”

“அப்பா பணத்தை ரெடி பண்ணிட்டாரு. அநேகமா இன்னிக்கே கூட கேஷோட உங்க வீட்டுக்கு வந்து பார்க்கலாம்.”

“ஓ...”

“என்ன ஓன்னு சாதாரணமா கேக்கறீங்க. இதுக்காக அப்பா செய்திருக்கற காரியத்தைச் சொன்னா நீங்க ஷாக் ஆயிடுவீங்க.”

“ஓ...”

“திரும்பவும் அதே ரியாக்ஷனா?”

“ரொம்ப டல்லா இருக்கு செல்வி. நானே அப்புறம் கூப்டட்டுமா?”

“என்ன சேகர்... நான் எவ்வளவு ஆசையா இப்ப கூப்ட்ருக்கேன் தெரியுமா? வீட்டு ரிஜிஸ்ட்ரேஷன் முடியவுமே நம்ம கல்யாணத்தையும் முடிச்சிட அப்பா முடிவு பண்ணிட்டாரு.”

“.........”

"என்ன சேகர், எதுவும் பேசாம மௌனமா இருந்தா என்ன அர்த்தம்?"

"பேச முடியாத நிலைல இருக்கேன் செல்வி. புரிஞ்சிக்கோ."

"சரி... உடம்பு சரியான உடனே பேசுங்க. பேச்சு என்ன பேச்சு... நாம நேர்ல சந்திக்கறோம். அப்ப நீங்க என்ன கேட்டாலும் நான் தரத் தயாரா இருக்கேன். அதாவது என்னையே கூட. புரியுதா?"

சந்தோஷத்தில் செல்வியிடம் உற்சாகமான, தன்னை மறந்த பேச்சு. அவளின் கடைசி வரியைக் கேட்டவன், "ரியலி?" என்றான் சற்று பலமான குரலில்.

"பார்றா. இப்ப மட்டும் எங்க இருந்து வந்தது தெம்பு?" என்று கேட்டாள்.

"நீ சொன்னதுக்காகவே உடம்பைத் தேத்திக்கிட்டு வந்து பாக்கறேன். என்ன?"

"சரிங்க சேகர். அப்பாவரும்போது நல்லாகவனிச்சிக் குங்க. மிச்சத்தை நேர்ல பேசுவோம்."

போனை கட் செய்தவள், திரும்ப உள்ளே வந்தாள். பார்வதி பூஜை அறையில் குலதெய்வமான மடப்புரம் காளி படம்முன் பணக்கட்டுகளையும், அக்ரிமெண்ட் பேப்பரையும் வைத்து விளக்கேற்றிக் கொண்டிருந்தாள்.

"என்னம்மா பண்ணிகிட்டிருக்கே?"

"பார்த்தா தெரியல. போ... போய் முகம் கழுவி நல்லா பொட்டு வெச்சிட்டு வா. எனக்கு நடக்கறதெல்லாம் கனவா... இல்லை, நனவாங்கற மாதிரியே இருக்கு."

"ரொம்ப எமோஷன் ஆகாதேம்மா. யாரும் எதையும் சும்மாத் தந்துடலை. அவ்வளவும் கடன்தான்."

"சரிடி. இதைக்கூட இப்பத் தர யார் இருக்கா?"

"அம்மா... நடக்கறது கடன்காரர்களுக்கான காலம்மா. லோன் வேணுமா, கிரெடிட் கார்டு வேணுமானு ஒரு நாளைக்கு எத்தனை போன் தெரியுமா?"

சந்தோஷமாக கேட்டுக் கொண்டே போனவள், பளிச்சென்று திரும்பி வந்தாள். சிவராமனும் நகையை அடகு வைத்து ஏழரை லட்ச ரூபாயோடு வந்திருந்தார். அதையும் அந்தத் தொகையோடு சேர்த்து வைத்தார். அப்போது ஒரு மூணு லட்ச ரூபாயோடு சிவராமனின் நண்பர் கருணாகரன் என்பவரும் வந்து, "இந்தா சிவராமா, பேங்க்ல நான் சேர்த்து வெச்சிருந்த பென்ஷன் பணம் அவ்வளவையும் கொண்டு வந்துட்டேன். நல்லவிதமா வீட்டை முடி" என்றார். சிவராமன் அவரை அப்படியே கட்டிக் கொண்டார்.

எதுவும் தடை இல்லாமல் கூடி வந்ததில் பார்வதிக்கு ஒரே மகிழ்ச்சி. மடப்புரத்து காளி படத்தைப் பார்த்து, "அம்மா தாயே... எல்லாம் உன் கருணை யாலதான். எல்லாத்தையும் நல்லபடியா முடிச்சு வை" என்று உருக்கமாய் பிரார்த்தித்துக் கொண்டாள்.

அதன்பின் பணத்தை எடுத்துத் தந்தாள். பாய் தந்த லெதர் பேக்கில் இப்போது முப்பது லட்சம்!

சிவராமனும் பணத்தை ராஜரத்னத்திடம் தரப் புறப்பட்டார். அப்படித் தந்தால்தானே வீட்டுப் பத்திரத்தின் நகல் கிடைக்கும். அது இருந்தால்தானே பேங்க் லோன் நடவடிக்கைகளைத் தொடங்க முடியும்?

பணத்தோடு புறப்பட்டவரை கருணாகரன் நெருங்கிச் சென்று, தன் மொபட் ஸ்கூட்டரின் சாவியைத் தந்து, "என் வண்டில போ. நடந்தோ ஆட்டோவுல யோல்லாம் வேண்டாம்." என்றார்.

"நீ எப்படிப் போவே?"

"என் வீடு பக்கத்துலதானே... நீ போடா. போய் நல்லபடியா எல்லாத்தையும் முடி" என்று தோளைப் பிடித்துத் தள்ளினார்.

வாசல்படி தாண்டும்போது கவுளியடித்தது. நல்ல சகுனமோ, கெட்ட சகுனமோ தெரியவில்லை!

08

பிராந்தரின் பதிலைக் கேட்ட புலையன், "நீங்க எப்ப யார் பேச்சைக் கேட்ருக்கீங்க... இப்ப என் பேச்சைக் கேக்க..." என்றபடி விலகிப் போனான்.

பிராந்தரும் சமாதி மேலேயே படுத்தவர், அயர்ந்து தூங்கி விட்டார். இதில் குறட்டை வேறு!

நள்ளிரவும் வந்தது. யாரோ தட்டி எழுப்பவும் கண் திறந்தார் பிராந்தர். எதிரில் திரிசூலத்துடன், கபால மாலை யுடன், நீண்டு தொங்கும் சிவந்த நாக்குடன், அகண்ட விழிகளுடன் காளி!

கண்களை கசக்கிக்கொண்டே எழுந்த பிராந்தர், "அடடே... நிஜமாலுமே வந்துட்டியா?" என்று கேட்டுக் கொண்டே கொட்டாவி விட்டார்.

"யார்டா நீ?" காளியிடம் கோபக் குரலில் கேள்வி.

"சரிதான். உனக்கே என்னை தெரியலியா? எனக்குத் தான் 'நான்' யாருங்கறதுல குழப்பம்னா, என்னைப் படைச்ச உனக்குமா?" என்று கேட்டார்.

காளியை அந்தக் கேள்வி குத்தியது. "உனக்குப் பயமில்லையே... என்னிடமே குதர்க்கமா?" என்று பதிலுக்குச் சீறினாள் காளி.

"அச்சமா... உன்னைப் பார்த்தா? நீ என் தாய். எந்தப் பிள்ளை தாயைப் பார்த்து அச்சமடைவான்?" எதிர்க் கேள்வி கேட்டார் பிராந்தர்.

காளி அந்தப் பதிலில் குளிர்ந்து போனாள்.

ராஜரத்னம் வீட்டை சிவராமன் அடைந்தபோது இருட்டத் தொடங்கி விட்டது. ராஜரத்னம் யாருடனோ போனில் மும்முரமாய் பேசிக் கொண்டிருந்தார். சிவராமன் தோல் பையுடன் வரவும் அவருக்குப் புரிந்து விட்டது.

''வாங்க... வாங்க...'' என்றார் போனை முடக்கியபடி.

''நமஸ்காரம்யா. அட்வான்ஸ் தொகையை நீங்க கேட்டபடி கொடுக்க வந்தேன்.''

''ஓ... முப்பது லட்சத்தை அதுக்குள்ள பெறட்டிட்டீ ராக்கும்?''

''எல்லாம் மடப்புரம் காளி கருணை...''

''அது எப்படி புரட்டினீரு? கைல கால் காசு கூட இல்லேன்னீரே...''

''எல்லாத்துக்கும் ஒரு நல்ல வழி பொறந்தது. நம்ம நிஜாம் பாய் ஒரு 20 லட்சம் தந்தாரு. பொண்டாட்டி நகையை அடகு வெச்சதுல ஒரு ஏழரை லட்சம். மிச்சத்தை என் சிநேகிதன் கருணாகரன் தந்தான்.''

''நிஜாம் பாய் 20 லட்சத்தை தூக்கித் தர்ற அளவுக்கு வள்ளலா என்ன?''

''இல்லீங்கய்யா. அது ஒரு அக்ரீமெண்ட். நான் அஞ்சு வருஷம் அவரோட துபாய் ஒட்டகப் பண்ணைல் வேலை பார்த்து அந்தக் கடனைக் கட்டணும்.''

''அப்படியா? அப்ப துபாய் போகப்போறீராக்கும்?''

''ஆமாங்க. போனாத்தானே வீட்டை வாங்க முடியும்?''

''அப்ப அந்த வீட்டு மேல அவ்வளவு பிரியம்!''

''பத்து வருஷமாக் குடி இருக்கோம். அக்கம் பக்கம்லாம் கூட நல்ல பழக்கம். ஆதார் கார்டு, வோட்டர் ஐடி, ரேஷன் கார்டு எல்லாத்துலயும் இந்த வீட்டு அட்ரஸ்தான். விலகிப் போனா எல்லாத்தையும்

மாத்தணும். ஒவ்வொண்ணுக்கும் நாயா அலையணும். அதுக்கு நான் ஒருத்தன் துபாய்ல கஷ்டப்படறது எவ்வளவோ தேவலை தானேங்க?''

''பரவால்லைய்யா... ரொம்பவே யோசிச்சிருக்கீரு. இப்படித்தான் இருக்கணும்!''

ராஜரத்னம் பாராட்டும்போது சேகர் வெளிப் பட்டான். வெளியே கிளம்பிக் கொண்டிருப்பது தெரிந்தது.

''ஏ சேகரு... ஐயா அட்வான்ஸை பெரட்டி எடுத்துட்டு வந்துட்டாருடா.'' என்று மகனைப் பார்த்தார்.

''அப்படியாப்பா?''

''பணத்தை வாங்கி எண்ணிப் பார்த்து பீரோவுல வை. ஆமா, எங்க கிளம்பிட்டே?''

அவர் கேள்விக்கு என்ன பதில் சொல்ல? மனதுக்குள் செல்வியின் அழைப்பும், அதில் அவள் என்னையே தருவேன் என்று சொன்னதும் ஓடியது.

''உன்னைத் தாண்டா. பணத்தை வாங்கி உள்ள வை...''

''சரிங்கப்பா...''

''அப்படியே வைக்காதே. எண்ணிப் பாரு. காசு, பண விஷயத்துல யாரா இருந்தாலும் கணக்கா இருக்கணும்!''

''ஆமாங்க. அதான் எல்லாருக்கும் நல்லது!''

சேகரும் பணத்தை எண்ணிப் பார்த்துவிட்டு, ''சரியா இருக்குப்பா...'' என்றான்.

''நீங்க வீட்டுப் பத்திரத்தோட நகலைக் கொடுத்தா வசதியா இருக்கும். பேங்க்குல கேட்டாங்க...''

''ஒரிஜினலைக் காட்டச் சொல்வாங்களே?''

''ஆமாங்க. இது முகாந்தரத்துக்காம். வீட்டை முன்னயே வந்து பார்த்துட்டாங்க. ரிஜிஸ்தர் பண்ற

அன்னிக்கு ஒரிஜினலைத் தந்துட்டு செக்கை வாங்கிக்கலாம்னாங்க.''

"எலே... இவர் கேக்கறத எல்லாம் கொடுத்து விடுடா.''

"சரிப்பா...''

"ஐயா சிவராமரே... ஒரு முக்கிய விஷயம்...''

"சொல்லுங்கய்யா...''

"எவ்வளவு சீக்கிரம் ரிஜிஸ்தர் பண்ணி சாவி வாங்கணுமோ வாங்கிக்குங்க. அப்பால அது இல்லை, இது இல்லைன்னு பேசிக்கிட்டு வரக் கூடாது. நானும் வீட்டைக் கொடுத்துட்டா அப்புறம் அதுல யார் இருக்கா, எப்படி இருக்கான்னுல்லாம் எதையும் நினைக்க மாட்டேன். சுருக்கமாச் சொன்னா நான் உங்களையும் அந்த வீட்டையும் மறந்துருவேன். ஞாபகம் வெச்சுக்குங்க!''

ராஜரத்னம் மறைமுகமாக அதன்பின் கல்யாண உறவுக்கு எல்லாம் இடமில்லை என்பதை சொல்லாமல் சொன்னார். சிவராமனுக்கும் ஓரளவு புரிந்தது.

சேகரும் பணத்துடன் சென்றான். தோல் பையை அவரிடமே திருப்பித் தந்தான். பணத்தை வைத்துவிட்டு வந்தவன், "அப்பா, பத்திர நகல் இப்ப இல்ல. நாளைக்கு ஜெராக்ஸ் எடுத்துத்தான் தரணும்'' என்றான்.

"அப்படியா? இப்ப ஜெராக்ஸ் எடுத்துக் கொடுக்க முடியாதா?''

"வழக்கமா ஜெராக்ஸ் எடுக்கற கடை லீவுப்பா...''

"என்ன சிவராமன்... காலைல வாங்கிக்கலாமா?''

ராஜரத்னம் கேட்ட விதமே 'காலையில் வா...' என்றது. சிவராமனாலும் மறுக்க முடியவில்லை.

"அங்க்கிள்... நானே கொண்டுவந்து தரேன். நீங்க அலைய வேண்டாம்'' என்று இடையிட்டான் சேகர்.

''சரிங்க தம்பி. அப்ப, நான் கிளம்பறேன்.''

அவர் புறப்படும்போது சேகரின் அம்மா ராஜேஸ்வரி கோயிலில் இருந்து பிரசாதத்துடன் வந்திருந்தாள். நடந்தது எதையும் தெரியாமல் சிரித்தபடி, ''எப்ப வந்தீங்க?'' என்று கேட்டாள்.

''வந்து நேரமாச்சுங்க. அட்வான்ஸ் பணத்தை கேஷா கொடுத்துட்டேன். அடுத்தது ரெஜிஸ்ட்ரேஷன்தான்.''

''சேகர் சொன்னான். ரொம்ப ராசியான வீடு. நல்லா வருவீங்க.''

''உங்க வாய் முகூர்த்தம்மா. எல்லாம் நல்லபடியா நடக்கட்டும்.''

''நடக்கும். ஆமா, காபி சாப்ட்டீங்களா?''

''இருக்கட்டும்மா. நான் கௌம்பறேன்.''

சிவராமன் புறப்பட்டு விட்டார். அவர் விலகவும் ராஜரத்னம் சேகரைப் பார்த்தார். பார்வையில்லை அது... பிராண்டல்!

''அப்பா...''

''என்ன அப்பா? ஆமா, அந்த அங்கிளை நீ விட மாட்டியா?'' ''இல்லப்பா. அது வந்து....''

''முட்டாப்பயலே... இந்தாள் ஒரு பிக்காரிடா. இந்த 30 லட்சமும் கடன். இந்தப் பணத்துக்காக துபாய் போய் வேலை பார்க்கப் போறானாம். இவன்லாம் மாப்ளைன்னு உனக்கு என்னத்தடா தருவான்? நம்ம பணம் 10 லட்சம் போனதுதான் மிச்சம். இதுல பத்திரத்தை நீயே கொண்டுபோய் தரப் போறியாக்கும்?''

''இப்ப கைல அதோட காப்பி இல்லையேப்பா...''

''போய் எடுத்துக் கொடுக்க வேண்டியதுதானே?''

''அதுக்கு நீங்க நாளைக்கு வந்து பணத்தைக் கொடுன்னு சொல்லலாம்ல?''

''வர்ற லட்சுமியை நான் எப்பவும் திருப்பி அனுப்ப மாட்டேன்.''

''யார் திருப்பி அனுப்பச் சொன்னது? நாளைக்கு அவ திரும்பி வரத்தானே போறா?''

''இதோபார், இப்படி எல்லாம் நீ எதிர்த்துப் பேசினே... நான் உன்னை தலை முழுகிடுவேன். என் சொத்து அவ்வளவும் நான் சம்பாதிச்சது. நானா பார்த்துக் கொடுத்தாத்தான் உனக்கு. ஞாபகம் வெச்சுக்கோ.''

ராஜரத்னம் சொத்தை தொட்டுப் பேசவும், அடுத்துப் பேச அவன் தயாரில்லை.

''ஸாரிப்பா... நீங்க சொல்றபடியே கேக்கறேன்ப்பா...'' என்று அப்படியே பம்மினான்.

''கொழாய மாட்டிக்கிட்டு எங்க கிளம்பிட்டே?''

''சும்மா வெளிய...''

''எல்லாம் தெரியும். உள்ற போ...''

முறைத்தபடியே உள்ளே சென்றான். கச்சிதமாக நண்பன் ஒருவனிடம் இருந்து போன்.

''சொல்றா மாப்ளை...''

''என்னடா டல்லாப் பேசறே?''

''ஓ... என் டோனே காட்டிக் கொடுத்திடுச்சா?''

''சொல்லு. என்ன பிரச்னை?''

''நமக்கெல்லாம் ஃபாதர்களும் ஃபிகருங்களும் தானே எப்பவும் பிரச்னை?''

''இப்ப யார்? ஃபாதரா? ஃபிகரா?''

''ஃபாதர். டிவி சீரியல் அப்பன் மாதிரி பேச ஆரம்பிச்சிட்டான் எங்கப்பன். அவன் பேச்சைக் கேட்க லேன்னா சொத்து கிடையாதாம்!''

''ரொம்பச் சீப்பான ப்ளாக்மெயில் இது. கண்டுக் காதே. நல்லவளை, என் அப்பன்கிட்ட அந்தப் பிரச்னை இல்லை.''

''நீ கொடுத்து வெச்சவண்டா.''

''சுண்ணாம்பு... சொத்து இருந்தாத்தானே மிரட்ட? சொந்தமா ஒரு வீடு கிடையாது. இனி நான் சம்பாதிச்சு கட்னாத்தான் உண்டு.''

''சரி, எதுக்கு போன் பண்ணே?''

''சும்மாத்தான். ஆமா, ஒரு ஃபிகரை மடக்கிட் டேன்னியே. மேட்டர் முடிச்சிட்டியா?''

''எங்க? அதுக்குள்ள எங்கப்பன் எனக்கொரு பொண்ணையே பார்த்துட்டான்!''

''மேட்டருக்கா...?''

''ஏய்... இது கல்யாணத்துக்கு!''

''ஹை... நீ ஒரு வேலைல கூட இல்லை உனக்கு யார்றா பொண்ணு தருவா?''

''பாத்தியா... இதான் டைம்னு ஊசி ஏத்தறே''

''உள்ளதைத்தானே சொன்னேன்? இப்பல்லாம் நாமளா பொண்ணுங்கள செலக்ட் பண்றோம்? அவங்க தானே?''

''அதுவும் சரிதான். அவளுக எல்லாருமே பி.ஈ., எம்.ஈ.ன்னு படிச்சிட்டு அதுக்கும் மேல படிச்சிருந்தாத் தான் நிமிர்ந்தே பார்க்கறாளுங்க. நாம ஒரு டிகிரி முடிக்கவே போராட வேண்டியிருக்கு.''

''சரியாச் சொன்னே... நெட்டையோ குட்டையோ கல்யாணம் பண்ணிக்கறேன்னா கண்ணை மூடிக்கிட்டு யெஸ்னு சொல்லிடு. இல்லேன்னா நாமல்லாம் காலமெல்லாம் பரதேசிதான்.''

''நீ சொல்றதும் சரிதான். ஒரு பெரிய இடம் வந்திருக்கு. பொண்ணுக்கு அப்பப்ப வலிப்பு வருமாம். அதனால அதை காலேஜுக்கெல்லாம் அனுப்பல போல... இப்ப கல்யாணத்துக்கு வந்துட்டாங்க. கோடில சொத்துங்கவும் எங்கப்பன் உடனே சரின்னுட்டான்.''

"நீயும் சரின்னுட்டியா?"

"வேற வழி? காலமெல்லாம் உக்காந்து திங்கலாம். அப்பப்ப வெளியவும் மேஞ்சுக்கலாம். இந்த மாதிரி பொண்ணுங்க மேஞ்சாலும் கண்டுக்க மாட்டாங்கல்ல?"

"டேய், நீ உன் அப்பனையே விழுங்கிடுவேடா..."

"அவரு ரத்தம் பின்ன எப்படி பிளான் பண்ணும்?"

"அப்ப நீ இப்ப டாவடிக்கற ஃபிகரை என்ன பண்ணப் போறே?"

"இவளுக்காக 10 லட்சத்தை நான் விட்றுக்கேன். அதுக்கு உண்டானதை அடையாம விடுவேனா என்ன?"

"எப்படிடா? ஒரு பக்கம் கல்யாணம்... மறுபக்கம் ஃபிகரா? இது ஒத்து வருமா?"

"சமாளிப்போம். முடிஞ்சவரை தெரியாம பார்த்துக்க வேண்டியதுதான். தெரிஞ்சா 'ஸாரிம்மா, நான் என்ன பண்ண?'னு சொல்லி கழட்டி விட்ற வேண்டியதுதான். அதெல்லாம் முடியாதுன்னா அவ கழுத்துலயும் ஒரு தாலியக் கட்டி முருகனா மாறிட வேண்டியதுதான். ஒருத்தி வள்ளி... ஒருத்தி தெய்வானை."

"அப்புறம் இன்னொருத்தி மாட்னா?"

"அப்ப கிருஷ்ணனாயிட வேண்டியதுதான்."

சளைக்காமல் பேசினான் சேகர். அதை அவன் நண்பனும் ரசித்தான்!

09

குளிர்ந்து போன காளி, தன் கோர ரூபத்தையும் மாற்றிக் கொண்டாள். மங்கள ரூபிணியாக ஜொலித்தாள். பிராந்தரும் கை குவித்து வணங்கி, கண் கலங்கினார்.

"ஏனப்பா கலங்குகிறாய்?" காளி கேட்டாள்.

"இது பரவசமம்மா, யாருக்குக் கிடைக்கும் இப்படி ஒரு தரிசனம்?"

"என் உக்ரத்தை மாற்றியது நீதான். என் தாய் என்று நீ சொல்லவுமே, நான் நெகிழ்ந்து விட்டேன். தோற்றமும் மாறி விட்டது."

"அது உண்மைதானே?"

"முக்காலும் உண்மை. தாயான நான் இனியும் உன்னை அப்படியே விடத் தயாரில்லை. உனக்கு என்ன வரம் வேண்டும்? கேள்..."

"வரமா? எனக்கா?"

"ஆம். உனக்கேதான்! இந்தச் சிவராத்திரி அந்த சிவனுக்கு மட்டுமல்ல, உனக்கும் உரியது... சொர்க்கமா? மோட்சமா? பூவுலகில் சாம்ராஜ்யமா? எது வேண்டும்?"

"தாயே, என்னைப் பரிசோதிக்கிறாயா?"

"இதில் சோதிக்க என்ன உள்ளது? உன் பயமற்ற தன்மையும், ஆசைகளற்ற போக்கும், கனிவான பேச்சும் என்னைக் கவர்ந்து விட்டது."

"அம்மா, உன் ஆசிகள் போதும். நீ புறப்படு. நான் தொடர்ந்து உறங்க வேண்டும்."

"பிராந்தா... என்ன இது? நானாக வலியவந்து வரம் தர முன்வந்ததால் அதன் மதிப்பு உனக்குத் தெரியாமல் போய் விட்டதா?"

காளியிடம் கோபம் துளிர்க்கத் தொடங்கியது!

வாசலையே பார்த்துக் கொண்டிருந்தாள் பார்வதி. மணி ஒன்பதாகியும் சிவராமன் வரவில்லை. கோவிலுக்குப் போய்விட்டு உள் நுழைந்தபடி இருந்த செல்வியிடம், "அப்ப போன உங்கப்பாவை இன்னும் காணலடி..." என்றாள் வருத்தமாய்.

"போன் பண்ணினியா?"

"இல்லை. என்கிட்ட எங்கே இருக்கு? உன் கிட்டதானே இருக்கு?"

"இரு, நான் போன் பண்ணிப் பார்க்கறேன்."

"சீக்கிரமே பண்ணுடி, படபடன்னு இருக்கு எனக்கு."

பார்வதி பதறிட, செல்வி போன் செய்தாள்.

"ஹலோ, யாருங்க?" ஒரு புதிய குரல் கேட்டது.

"யாரா? அப்பா, நான் செல்வி. எங்க இருக்கீங்க?"

"மேடம். ஸாரி, நான் உங்க அப்பா இல்லை. என் பேர் முருகானந்தம். நீங்கதான் இந்த செல்லுக்குரிய சார் மகளா?"

"ஆமா, நீங்க யார்? எங்கப்பா போன் உங்க கைக்கு எப்படி வந்தது?"

"சொல்றேங்க. நீங்க முதல்ல ஜி.ஹெச்-க்கு வர்றீங்களா?"

"ஜி.ஹெச்-க்கா? ஐயோ, எதுக்கு?"

"அடிபட்டு ஐசியுவில அட்மிட் ஆகியிருக்கிறது உங்கப்பான்னு நினைக்கிறேன். நான் நம்ம ஹண்ட்ரட் ஃபீட் ரோட்ல நடந்து வந்துகிட்டிருந்தேன். அப்ப ஒரு கார்க்காரன் உங்கப்பா ஸ்கூட்டி மேல மோதிட்டுப் போனதைப் பார்த்தேன். ஸ்கூட்டி அப்படியே ஜாம் ஆகி, உங்கப்பாவும் அடிபட்டு மயங்கி விழுந்துட்டாரு. என்னால அதைப் பார்த்துட்டு தாண்டிப் போக முடியல. ஒருஆட்டோபிடிச்சுஉங்கப்பாவைதூக்கிபோட்டுக்கிட்டு ஜி. ஹெச்-க்கு வந்து அட்மிட் பண்ணியிருக்கேன். எல்லாம் இப்ப தான் முடிஞ்சது. அவர் கீழே விழுந்து கிடந்த இடத்துலதான் இந்த போனும் இருந்தது..."

"கடவுளே... என்னென்னவோ நடந்துடிச்சே! எங்கப்பா இப்ப எப்படி இருக்கார்?"

''ஐசியு-வுல இருக்கார். கொஞ்சம் சீரியஸ்தான். தலைல பலத்த அடி. ஆட்டோவுல வரும்போது ஆட்டோ சீட்டெல்லாம்கூட ரத்தம்னா பாத்துக்குங்க.''

''ஐயா, உங்களுக்கு ரொம்ப நன்றி. நீங்க அங்கேயே இருங்க. நான் இப்பவே வரேன்'' என்ற செல்வி, பார்வதி பக்கம் திரும்பியபோது, பார்வதி மருண்டு போயிருந்தாள்.

''என்னடி இது... ஆஸ்பத்திரி... ஐசியு... அப்பாவுக்கு என்ன?''

''ஆக்சிடெண்ட்டும்மா. பேச நேரமில்ல, வீட்டைப் பூட்டிக் கிட்டு முதல்ல கிளம்புவோம்.''

''ஆக்சிடெண்ட்டா? எங்க? எப்போ?''

''போனாத்தான் தெரியும். பதட்டப்படாம என்கூட வா.''

பார்வதியை அடக்கி இழுத்துக் கொண்டு புறப் பட்டாள் செல்வி.

ஜி.ஹெச்... கொசகொசவென்று ஒரே கூட்டம். வாசலில் ஆட்டோக்களைக் கடந்து, ஆரஞ்சுப்பழக் கடைக்காரர்களையும் கடந்து, தள்ளுவண்டி, ஸ்ட்ரெச்சர், மருந்து நெடி என்கிற சகலத்தையும் கடந்து, அவசர சிகிச்சை பிரிவு என்கிற சிகப்பு எழுத்துக் கட்டிடத்தை நெருங்கியபோது மணி பத்தைக் கடந்து விட்டது.

இருவரும் வரும் வேகத்தை வைத்தே முருகானந்தம் என்கிற அந்த மனிதர் கண்டறிந்து வந்தார்.

''நீங்கதான் போன்ல பேசின பொண்ணா?''

''ஆமாம். அப்பா இப்ப எங்க?''

செல்வி கேட்க, உட்புறத்தைக் காட்டினார் அவர். அப்போது உள்ளிருந்து டாக்டர் ஒருவர் வெளியே வந்தார். முருகானந்தத்தைப் பார்த்துக் கையசைத்தார். அவரும் ஓடினார்.

"நீங்கதான் பேஷண்டோட வந்தவரா?"

"ஆமாம் டாக்டர்..."

"அவர் உங்களுக்கு என்ன வேணும்?"

"நான் தெருவுல போய்க்கிட்டிருந்தவன். மனிதாபிமான அடிப்படையில கொண்டுவந்து சேர்த்தேன். இதோ, இவங்கதான் அவர் ரிலேட்டிவ்ஸ்..."

அவர் செல்வி, பார்வதியைக் காட்டினார். டாக்டர் அவர்கள் இருவரையும் பரிதாபமாகப் பார்த்தார்.

"டாக்டர்... என்னாச்சு? அப்பா எப்படி இருக்கார்?" செல்வி கொதிக்கத் தொடங்கினாள்.

"வெரி ஸாரிம்மா. ஓவர் ப்ளீடிங். தலைலயும் சிவியர் இஞ்சுரி. வீ காண்ட்... எங்களால காப்பாத்த முடியலை!"

டாக்டர் சொல்லி முடித்த மறுநொடி, "என்னங்க..." என்று பார்வதி அலறிய அலறல், வார்டின் மேல் சாளரங்களில் ஒடுங்கிக் கிடந்த புறாக்களை எல்லாம் சிலிர்ப்போடு பறக்கச் செய்தது.

எல்லோரும் திரும்பிப் பார்த்தனர். டாக்டர் சற்று இடைவெளி விட்டு செல்வியிடம், "இது போலீஸ் கேஸ். நிறைய ஃபார்மாலிடீஸ்லாம் இருக்கு. பாடியை போஸ்ட் மார்ட்டம் பண்ணித்தான் தருவோம். கோ ஆபரேட் பண்ணுங்க..." என்று கூறிவிட்டு விலகிக் கொண்டார்.

அந்த முருகானந்தம் என்கிற மனிதர் முகமும் கருத்து விட்டிருந்தது. செல்வி, பார்வதியை சமாதானப்படுத்த முடியாமல் திணறிக் கொண்டிருந்தாள்.

"அம்மாடி... உங்களைப் பார்க்கவே எனக்கு கஷ்டமா இருக்கு. எனக்கு என்ன சொல்றதுன்னே தெரியல..."

"நீங்க என்ன சார் பண்ணுவீங்க?" இப்படியெல்லாம் நடக்கும்னு நாங்க கனவுல கூட நினைக்கல சார்... செல்வியிடமும் கண்ணீர் பீறிட்டது.

''ஸாரிம்மா. மனசைத் தேத்திக்குங்க. இந்தாங்க அவர் செல்போன். அப்புறம்... இந்த லெதர் பேகும் அங்கதான் கிடந்தது...'' என்று இரண்டையும் அந்த முருகானந்தம், நீட்டினார்.

செல்வி இரண்டையும் வாங்கிக் கொண்டாள். லெதர் பேக் காலியாக இருந்தது. செல்போனின் முகப்புக் கண்ணாடி உடைந்திருந்தது. கண்களைத் துடைத்தபடியே வாங்கிக் கொண்டவள், பதிலுக்கு அவரை நன்றியோடு பார்த்தாள்.

''நான் உங்கப்பாவை அட்மிட் பண்ணும்போது என்னைப் பத்தின விபரம் கேட்டாங்க. கொடுத்துருக்கேன். மேற்கொண்டு என்ன உதவின்னாலும் கேளுங்க... நான் இப்ப புறப்படறேன். வீட்ல என் மனைவி என்னைக் காணாம தேடிக்கிட்டிருப்பா...'' என்றார்.

செல்வி கைகளைக் கூப்பி கண்ணீர் கசிந்தாள். அவரும் சங்கடத்தோடு விலகிக் கொண்டார்.

பார்வதியோ நெஞ்சில் அடித்துக் கொண்டு அழுதபடி இருந்தாள். ஸ்வீப்பர் ஒருவர் செல்வியிடம் வந்து, ''நீங்கதான் பாடியோட பார்ட்டியா?'' என்று கேட்க, அப்பாவை அவர் பாடி என்று குறிப்பிட்டதை பொறுத்துக்கொள்ள முடியாமல் பதிலுக்கு ஒரு மாதிரி பார்த்தாள் செல்வி.

''கேக்கறேன்ல... சொல்லும்மா...''

''யோவ்... அது பாடி இல்லைய்யா. என் அப்பாய்யா...'' வெடித்தாள்.

''கூவாதம்மா. எங்களுக்கு அது பாடிதான். டெய்லி செத்த உடம்பை ரத்தமா, சதையா பார்த்துப் பார்த்து மரத்துப் போயிடிச்சு எங்களுக்கு. சரி, சரி... அதா அங்க டேபிளாண்ட ஒரு கான்ஸ்டபிள் உக்காந்திருக்கார் பார்... அவராண்ட போய் அவர் கேக்கற டீடெய்ல்லாம் கொடு. கடேசியா ஒரு காகிதம் கொடுப்பாங்க. அதோட

நாளைக்கு மதியம் போல மார்ச்சுவரிக்கு வந்தா பாடியை ஒப்படைப்போம். உனக்கு நிறைய வேலை இருக்குது. உங்க ஏரியா போலீஸ் ஸ்டேஷனுக்கு போய் சப் இன்ஸ்பெக்டரைப் பார்த்து கேஸ் ஃபைல் பண்ணி, அவரை இங்க இட்டாந்து நடந்தது விபத்துதான்னு அவரும் லெட்டர் கொடுக்கணும். அப்பதான் பாடி கிடைக்கும். இல்லாட்டி ஏ.சி. ரேக்குல ஏத்திடுவோம். கொஞ்சம் செலவும் ஆகும். காசைப் பார்க்காம செலவு பண்ணி பாடிய நல்லபடியா அடக்கம் பண்ணப் பாருங்க..." என்று எந்திரம் போலப் பேசிவிட்டு அந்த ஸ்வீப்பர் ஒதுங்கிக் கொள்ள, செல்விக்கு அப்போதே தலைசுற்றத் தொடங்கி விட்டது.

மொட்டை மாடியில் சிகரெட் பற்ற வைத்துக் கொண்டு குறுக்கும் நெடுக்குமாக நடந்து கொண்டிருந் தான் சேகர், கைப்பிடிச் சுவர் மேல் கிடந்த அவன் செல்போனில் ரிங்டோன். செல்வி பெயரும் தெரிய, மெல்ல காதைக் கொடுத்தான் உதட்டில் புன்னகையின் கசிவு.

"சேகர்..."

"யாரு, செல்வியா? என்ன செல்வி இந்நேரத்துல?"

"சேகர், நடக்கக் கூடாதது நடந்துடிச்சி சேகர். நான் இப்ப நம்ம ஜி.ஹெச்.ல இருக்கேன்."

"யாருக்கு என்னாச்சு?"

"சேகர்... என் அப்பா ஆக்சிடெண்ட்ல இறந்துட்டார் சேகர்..."

"என்னது? ஆக்சிடெண்ட்ல இறந்துட்டாரா? எப்போ?"

"அது தெரியல. தெருவுல போற ஒருத்தர் ஆஸ்பத்திரிக்குக் கொண்டு போயிருக்கார். ஆனாலும், அப்பாவைக் காப்பாத்த முடியல..."

"அடக் கொடுமையே..."

"சேகர்... இங்க நிறைய ஃபார்மாலிடீஸ்லாம் இருக்கு. அம்மா அழுதுகிட்டே இருக்காங்க. அவங்கள சமாளிக்கறதே பெரும்பாடா இருக்கு. கொஞ்சம் வந்து ஹெல்ப் பண்றீங்களா?"

"அப்படியா... சரிசரி, தைரியமா இரு. நான் வரேன்..."

செல்விக்கு தைரியமளித்தவன், துண்டு சிகரெட்டை வீசி எறிந்துவிட்டு மொட்டை மாடியில் இருந்து கீழ் இறங்கினான். கட்டிக் கொண்டிருந்த லுங்கியை கழற்றி எறிந்துவிட்டு பேண்ட்டுக்கு மாறியபோது அவன் அம்மா ராஜேஸ்வரி, "இந்த நேரத்துல எங்கடா கிளம்பிட்டே?" என்றபடி எதிரில் வந்தாள். அவளைச் சற்று மருட்சியோடு பார்த்தவன், "அப்பா எங்கேம்மா?" என்று கேட்டான்.

"அவர் எப்பவோ படுக்கப் போயிட்டார்டா. நீ என்ன உன் ஃப்ரெண்ட்ஸோட செகண்ட் ஷோ பார்க்க கிளம்பிட்டியா?"

"இல்லம்மா. இது சீரியஸான விஷயம்..." என்று செல்வி சொன்னதை எல்லாம் சொல்லி முடித்தான். ராஜேஸ்வரி முகமும் விகாரமாகி ஒரு மாதிரி ஆகிவிட்டாள். அப்போது ராஜரத்னமும் வந்து நின்று அவனைப் பார்த்தார். அவனும் பதிலுக்குப் பார்த்தான்.

"போடா... போய் இந்த கொழாயையெல்லாம் கழட்டிட்டு போய்ப் படு..." என்றார் நிதானமாய்.

"அப்பா... அது வந்து....."

"எல்லாம் என் காதுலயும் விழுந்துச்சி. போ... போய்ப் படு..."

"இல்லப்பா. செல்வி ஆஸ்பத்திரில தனியா தவிச்சுக் கிட்டு இருக்காப்பா..."

''அதுக்கென்ன பண்ண? அந்தாள் ஆயுள் அவ்வளவுதான்! போய் சேர்ந்துட்டான். நீ போறதால அவன் பொழைச்சிக்குவானா என்ன?''

''இல்லப்பா... ஒரு உதவி தானேப்பா...''

''நீ ஒண்ணும் கிழிக்க வேண்டாம். போய்ப் படு. அப்படியே உன்னோட அந்த செல்லுபோனையும் அமுத்தி வை. இல்லாட்டி அது கூப்ட்டுக்கிட்டே இருக்கும்.''

அவரிடம் ஏதோ ஒரு புதிய தீர்மானம் தெரிந்தது.

''என்னங்க நீங்க... இந்த மாதிரி நேரத்துலகூட உதவி செய்யாட்டி எப்படிங்க?''

ராஜேஸ்வரியும் வக்காலத்து வாங்கினாள்.

''நான் காரணத்தோடதான் சொல்றேன். பத்து லட்சம் இவனால் போச்சேன்னு நினைச்சுகிட்டிருந்தேன். நல்லவேளை... அது போகல. ஒண்ணுக்கு மூணா அது திரும்பி வந்துடிச்சி. போங்க, போய்ப் படுங்க!''

''என்னங்க சொல்றீங்க? எனக்கு ஒண்ணும் புரியல...''

''எதுவும் இப்ப உனக்குப் புரியவேண்டாம். போகப் போக தன்னால் புரியும். போடி... போடா நீயும்...''

அவரின் கண்டிப்பான குரல் இருவரையும் அடக்கி விட்டது!

10

காளியின் கோபத்தைக் கண்டும் பிராந்தரிடம் எந்த மாற்றமுமில்லை.

''அம்மா... வரம் என்பது தேவை உள்ளவர்களுக்கே! எனக்கு எந்தத் தேவையும் இல்லை. இந்த உலகத்தில் எத்தனை

பெரிய ராஜாவாக வாழ்ந்தாலும் அவ்வளவும் ஒருநாள் முடிவுக்கு வந்தே தீரும். எத்தனை பெரிய சந்தோஷமும் வெறும் நினைவாகவே நீடிக்கும். நீர்க்குமிழிக்கும் இந்த உலக வாழ்க்கைக்கும் பெரிய வித்தியாசமில்லை. எனவே, எனக்கு இந்த மண்ணில் எப்படி வாழ்வதிலும் விருப்பமில்லை. முக்தியும் மோட்சமும் நான் பற்றற்று வாழ்ந்தாலே கிடைத்துவிடும். அதனால்தான் எதுவும் வேண்டாம் என்றேன்'' என்றார் பிராந்தர்.

''அடேயப்பா... என்ன ஒரு விளக்கம். பிராந்தா, குறைந்தபட்சம் உன் யானைக்கால் நோயையாவது நான் குணப்படுத்தி விடட்டுமா?''

''அம்மா... அதை மட்டும் செய்துவிடாதே. அது என் கர்ம வினைகளால் வந்தது. கர்மவினைகளைச் செய்தவன் அனுபவிப்பதே சரி. அப்போதுதான் கணக்கு நேராகும். உனக்குத்தான் எத்தனை கருணை... உன் கருணையை இந்த உலக உயிர்கள் சகலத்திடமும் காட்டு!''

''பிராந்தா, என்னை வியக்க வைத்து விட்டாய். என் வரத்துக்காகத் தவமிருப்பவர்கள் நடுவே நான் வரம்தர முன்வந்தும் மறுத்த உன் சித்த உறுதியைக் காட்டி விட்டாய். உனக்கு என் நல்லாசிகள்...''

''அது போதுமம்மா. ஒன்றை மட்டும் நீ தவறாமல் செய். அசுர குணம் கொண்டவர்களை அழிக்கத் தவறாதே. நாட்டில் நீதியும் நியாயமும் நிலைபெற உன் அருள் உதவட்டும்.''

பிராந்தன் கேட்டதைத் தந்த காளி, ''உன் விருப்பத்தை நிறைவேற்றுபவளாகத்தான் நான் மடப்புரத்தில் கோவில் கொண்டிருக்கிறேன். நாணயம் அற்றவர்கள் அங்கு சென்றால் என்னால் நாணயத்தாலேயே தண்டிக்கப்படுவார்கள்'' என்றாள்.

சேகரை. எதிர்பார்த்து செல்வி காத்திருக்க, ஸ்கூட்டியைத் தந்திருந்த நண்பர் கருணாகரன் அலறி யடித்துக் கொண்டு வந்திருந்தார்.

"அம்மாடி... என்ன கொடுமைம்மா இது? சிவராமன் ஈ எறும்புக்குக் கூட கெடுதல் நினைக்காதவனாச்சே... அவனுக்கா இப்படி ஒரு சாவு? ஐயோ... என்னால நினைசே பார்க்க முடியலையே..." என்று கதறினார்...

நள்ளிரவைக் கடந்த நேரம். உறவினர்கள் சிலரும் வந்திருந்து பார்வதியை ஒட்டி அமர்ந்து கொண்டார்கள்.

கருணாகரனும் செல்வியும் பொழுது விடியவும் போலீஸ் ஸ்டேஷனுக்குச் செல்ல முடிவு செய்து மார்ச்சுவரிக்கு வெளியே காரிடாரில் மர பெஞ்ச் ஒன்றில் போய் அமர்ந்தனர்.

செல்வி இறுகிப்போன சிமெண்ட் கலவை போல ஆகி விட்டாள். உடம்பில் அசைவேயில்லை. கண்ணிரண்டும் மட்டும் கண்ணீரைக் கசியவிட்டுக் கொண்டே இருந்தது.

"உன்னை பார்த்தா எனக்கு வயிறெல்லாம் எரியுது. எப்படி ஆறுதல் சொல்றதுன்னே தெரியல எனக்கு..." என்று இதமான குரலில் தொடங்கினார் கருணாகரன்.

செல்வியிடம் தொடர்ந்து அமைதி.

"ஆமா... சிவராமன் அந்த ராஜரத்னத்தைப் பார்க்கப் போகும் போது இந்த விபத்து நடந்ததா... இல்லை, பார்த்துட்டு வரும்போதா?"

செல்வியின் காதில் அவர் கேள்வி விழவேயில்லை.

"அம்மாடி, உன்னைத்தான். என் கேள்விக்கு பதில் சொல். சிவராமன் அந்த ஹவுஸ் ஓனர் ராஜரத்னத்தைப் பார்க்க போகும்போது விபத்து நடந்ததா... இல்லை, வரும்போதா?"

"சரியாத் தெரியல அங்கிள்."

"சரி, சிவராமனைக் கொண்டுவந்து சேர்த்த அந்த முருகானந்தம்ங்கிறவர் எங்க எப்ப இந்த விபத்தை பார்த்தார்?"

"நான் அதையெல்லாம் கேட்கல அங்கிள்..."

"என்னம்மா நீ... கொண்டுபோன பணம் என்னாச்சு? இடிச்சுட்டுப் போனது காரா? லாரியா? இல்லை, வேற வாகனமா? அங்க சிசி கேமரா இருந்ததா?"

"அங்கிள்... இப்படி எந்தக் கேள்வியும் எங்கிட்ட இப்ப இல்லை. நான் ஒரு பெரிய இருண்ட பள்ளத்துல் விழுந்துக்கிட்டு இருக்கற மாதிரி ஒரு மனநிலையில இருக்கேன் அங்கிள்..."

"என்னம்மா நீ...? இதெல்லாம் எவ்வளவு முக்கியமான கேள்விகள் தெரியுமா? காலைல போலீஸ் ஸ்டேஷன்லயும் கேப்பாங்க..."

"அங்கிள்... எதையும் என்னால இப்ப யோசிக்க முடியல அங்க்கிள். அதனாலதான் நான் சேகரைக் கூப்ட்டேன். ஆனா, வர்றேன்னு சொன்ன சேகர் வரலை. அது எதனாலன்னும் தெரியல..."

"சேகரா...? ஓ, ஹவுஸ் ஓனர் மகனா? உன்னைக் கட்டிக்க விருப்பப்பட்டதா சிவராமன் சொன்னானே... அவன்தானே?"

"ஆமாம் அங்கிள்..."

"ஓ... அவனை நீ கூப்ட்டும் வரலியா? திரும்ப போன் பண்ணியா?"

"பண்ணப் பிடிக்கலை..."

"அதுவும் சரிதான். ஆமாம், அந்த லெதர்பேக் இப்ப எங்க?"

"அதோ, அம்மாகிட்ட இருக்கு பாருங்க..."

"அதுல பணம்?"

"எதுவும் இல்லை. காலி பேக்..."

''அப்ப பணத்தைக் கொடுத்துட்டு வரும்போது நடந் திருக்கணும். அப்படின்னாலும் ஏதாவது டாக்குமெண்ட்ஸ் இருந்திருக்கணுமே?''

''எதுவும் இல்லை அங்க்கிள்...''

''இது என்ன கொடுமை? உயிரும் போய், பணமும் போயிடிச்சா? யாராவது பணம் இருக்கறது தெரிஞ்சு உங்கப்பாவை ஹிட் பண்ணி அடிச்சுப் போட்டுட்டு பணத்தோட ஓடிட்டாங்களா?''

கருணாகரன் அப்படிக் கேட்கவும்தான் செல்விக்கே சற்று சுரீர் என்று தைத்தது. வழிந்த கண்ணீரைத் துடைத்துக் கொண்டு, ''அங்கிள்... என்னை பயமுறுத்தாதீங்க. நான் இப்ப பாதாளத்துல கிடக்கறேன். இப்படியெல்லாம் நீங்க ஏதாவது சொன்னா என்னால தாங்க முடியாது.''

''என்னைத் தப்பா எடுத்துக்காதே. அதுல என் பணம் ரெண்டரை லட்சமும் இருக்கு. அவ்வளவும் குருவி சேக்கற மாதிரி சேர்த்த பணம். இன்னிக்கு காலமும் கெட்டுக் கிடக்கு. தினமும் பேப்பர்லயும் டி.வி.-லயும் எவ்வளவு படிக்கிறோம், பார்க்கறோம்? இந்த மாதிரி கேள்விகள என்னால தவிர்க்க முடியலம்மா...''

''பயமா இருக்கு அங்கிள்... அப்பா சாவைவிட இது ரொம்ப மோசம் அங்கிள். ஏன்னா, அதுல ஒரு நயா பைசாகூட எங்க பணமில்ல. அவ்வளவும் கடன். நிஜாம் பாயும், நீங்களும் கொடுத்தது!''

''சரிசரி... நீ டெம்ப்ட் ஆகாதே... மணி இப்ப் மூணு. பொழுது விடியட்டும். போலீஸ் ஸ்டேஷனுக்குப் போய் முதல்ல கம்ப்ளைண்ட் கொடுப்போம்.''

''இங்க இருக்கற ரோந்து போலீஸ்கிட்ட எல்லாம் சொல்லி. அவரும் குறிச்சிக்கிட்டார். அவரும் உங்க ஏரியா ஸ்டேஷனுக்குப் போய் கம்ப்ளைண்ட் ஃபைல் பண்ணிடுங்கன்னுதான் சொன்னார். ஆனா, அம்மாவை விட்டுட்டு நான் மட்டும் எப்படிப் போவேன்?''

''அதான் நான் இருக்கேனே... சரி, கொஞ்சம் அப்படியே அமைதியா கண்ணை மூடு...''

''கண்ணை மூட்றதா... இங்கையா... அது முடியற காரியமா அங்கிள்? மீண்டும் கண்ணீர் பீறிட்டது செல்வியிடம். அப்போது ஸ்ட்ரெச்சரில் ரத்த விளாராய் ஒரு ஆக்சிடெண்ட் கேஸை வேகமாக தள்ளிச் செல்ல, பின்னாலேயே வயிற்றிலும் வாயிலும் அடித்துக்கொண்டு ஒரு கூட்டம் ஓடியது.''

நடுவே கேனுடன், ''டீ வேணுமா டீ...'' என்று கேட்டபடி வந்தான் ஒருவன். கருணாகரனையும் செல்வியையும் நின்று கூர்மையாகப் பார்த்தான்.

''வேண்டாம்பா... நீ போ...''

''விடியறதுக்கு இன்னும் மூணு மணி நேரம் இருக்கு. இப்படியேவா உக்காந்துக்கிட்டிருப்பீங்க.? அழுவறதுக்காவது தெம்பு வேண்டா? ஒரு டீ குடியுங்க சார்...''

''விட மாட்டியா நீ... டீ குடிக்கற மனநிலைல நாங்க இல்லைய்யா... போய்யா...'' கருணாகரன் சிடுசிடுத்தார். அவனும் அரைமனதாக விலகிச் சென்றான்.

''பொணம் கெடக்கற இடத்துலகூட ஒருத்தனுக்கு பொழப்பு நடக்கறத பாத்தியா?'' என்று அவன் விலகவும் கேட்டார் கருணாகரன்.

''இதுவரை என்கிட்ட இருந்து அதுக்கு இதுக்குன்னு 2000 ரூபாயை பிடுங்கிட்டாங்க அங்கிள். நல்லவேளை... வரும்போது பணம் கொண்டு வந்திருந்தேன்!''

''இங்கதாம்மா எவ்வளவு கேட்டாலும் தருவோம். நம்ப துக்கம் இங்க இருக்கற கழுகுகளுக்குக் கொண்டாட்டம்.''

''இதை எல்லாம் திருத்த முடியாதா அங்கிள்?''

"இந்த நாட்டுல எதையுமே திருத்த முடியாதும்மா. மனுஷங்க மிருகமா மாறி ரொம்பக் காலமாச்சு. காட்டுல வலுத்த மிருகம் மட்டும்தான் வாழும். நலிஞ்சது அதுக்கு உணவாகும். இங்க நாட்டுலயும் இப்ப அதுதான் நிலை..." மிக விரக்தியோடு பேசினார் கருணாகரன்.

"அப்ப கடவுள் பக்தி, பாவ புண்ணியமெல்லாம் பொய்யா அங்கிள்?"

"அதுல என்னம்மா உனக்கு சந்தேகம்? இதோ, இந்த இடமே அதுக்கு சாட்சி..." கருணாகரன் கசிந்தார்.

அப்படியே எழுந்து போய் பார்வதி அருகில் இருந்த லெதர் பேகை எடுத்து ஒரு பார்வை பார்த்தார். அது காலியாக வெறித்தது.

'பணம் என்னாவாகியிருக்கும்? வீட்டுக்காரர்கிட்ட கொடுத்துட்டானா, இல்லை, திருட்டு போயிடிச்சா?' பேக்கோடு நடந்துவரும்போது கேள்விகளால் மனம் திணறியது.

11

நவரசங்களில் ஒன்றுதான் ஆக்ரோஷம்! இதன் வடிவமே காளமாகிய காளி. அசுர சக்திகள் தலையெடுக்கும் போதெல்லாம் காளியாலேயே அவர்களை அழிக்க முடிந்தது.

'ஏன் ஒரு கெட்டதைப் படைக்க வேண்டும்? பின் ஏன் அதை அழிக்க வேண்டும்?' என்கிற கேள்வியை சிலர் இதனால் உந்தப்பட்டுக் கேட்பார்கள்.

நல்லது தெரிய ஒரு கெட்டது இருந்தே தீரவேண்டும். ஒன்றை நன்றாக விளங்கிக் கொள்ள அந்த ஒன்று இரண்டாக இருந்தாலே முடியும்.

பூமி ஒன்று. ஆனால், அது இரவு, பகல் என்று இரண்டாக உள்ளது.

மனித இனம் ஒன்று, அது ஆண், பெண் என இரண்டாக உள்ளது.

சுவை ஒன்று. ஆனால், அது கசப்பு, இனிப்பு என இரண்டாக உள்ளது.

உணர்ச்சி ஒன்று. அது, இன்பம், துன்பம் என இரண்டாக உள்ளது...

இப்படி இருந்தாலே ஒன்றின் அருமையை உணர முடியும். இல்லாவிட்டால் வாழ்வில் ருசியோ, சுவாரஸ்யமோ துளியும் இருக்காது. இதனாலேயே கருணை வடிவான ஜெகன் மாதா அதற்கு நேர்மாறான ஆக்ரோஷ வடிவம் கொண்டாள்!

பொழுது விடிந்துவிட்டது. போலீஸ் ஸ்டேஷனுக்குள் நுழைந்தபோது இரண்டு போலீஸ்காரர்கள் மட்டுமே இருந்தனர். அவர்களும் அரைத் தூக்கத்தில் இருந்தனர்.

அழுத முகத்தோடு செல்வியையும், கருணாகரனையும் பார்த்த அந்த போலீஸ்காரர்களில் ஒருவர், கொட்டாவி பிரிய, "என்ன, ஆக்சிடெண்ட் கேஸா?" என்று கச்சிதமாகக் கேட்டார்.

"ஆமாங்க சார்..."

"பாடி எங்க மார்ச்சுவரில கிடக்குதா?"

"ஆமாம் சார்..."

"உக்காருங்க. இன்ஸ்பெக்டருக்கு போன் பண்றேன். அவரே நைட் ரைட் முடிஞ்சு 3 மணிக்குத்தான் போனாரு. போனை எடுக்கறாரோ இல்லை, சைலண்ட்ல போட்ருக்காரோ?" என்று திரும்ப ஒரு கொட்டாவி பிரிய, முகம் கழுவிவரச் சென்றார் அவர்.

செல்விக்கு அந்தச் சூழலே புதிது. கொஞ்சம் பயமாகவும் இருந்தது. அதிகபட்சம் ஒரு எட்டு மணி நேரத்தில் இந்த வாழ்வில்தான் எத்தனை மாற்றங்கள்!

போலீஸ்காரர் முகம் கழுவிக் கொண்டு வந்தவராக, "வெளிய போய் உங்களுக்கும் சேர்த்து நல்ல காபி சொல்லிட்டு வாங்க. பின்னாலேயே பையன்கிட்ட கொடுத்து விடுவாங்க." என்றார்.

கருணாகரனுக்கு போலீஸ் ஸ்டேஷன் அனுபவம் கொஞ்சம் உண்டு. எதுவும் பேசாமல் போய்ச் சொல்லி விட்டு வரவும், பின்னாலேயே காபி வந்தது.

போலீஸ்காரரும் காபியைக் குடித்துவிட்டு, "இருங்க, போன் பண்றேன். ஆமா, செத்தவருக்கு நீங்க என்ன உறவு?"

"இது ஒரே மகளுங்க. நான் நெருங்கின நண்பன்."

"எந்த ஏரியாவுல எத்தனை மணிக்கு ஆச்சு?"

"நூறடி ரோடுன்னு கேள்வி சார். நாங்க தகவல் தெரிஞ்சு ஜி.ஹெச்-க்குப் போய்த்தான் சார் பார்த்தோம்."

"ஆஸ்பத்திரிக்கு யார் கொண்டுபோனது?"

"யாரோ தெருவுல போன ஒருத்தர் சார்..."

"செத்தவருக்கு விரோதிங்க இருக்காங்களா?"

"விரோதிங்களா? இதை எதுக்கு சார் கேக்கறீங்க?"

"அப்படி யாராவது இதுந்து ஆக்சிடெண்ட்டுங்கற பேர்ல கொலைகூட பண்ணியிருக்கலாமில்லியா?"

"என் நண்பன் தங்கமானவன் சார். அப்படி யெல்லாம் நடக்க வாய்ப்பு இல்லை சார்."

"அதை எப்படி நீங்க சொல்ல முடியும்? நீங்க விபத்தை நேர்ல பார்த்தீங்களா?"

"இல்ல..."

"அப்ப எதுவும் சொல்லாம கம்முன்னு இருங்க. நாங்க எல்லாக் கோணத்துலயும்தான் பார்ப்போம்."

பதில் சொல்லிக் கொண்டே சப் இன்ஸ்பெக்டருக்கு போன் செய்து குசுகுசு குரலில், "குட்மார்னிங் சார்... ஒரு

ஆக்சிடெண்ட் கேசு சார். செத்தவரோட பொண்ணும் சினேகிதரும் கம்ப்ளைண்ட் ஃபைல் பண்ண வந்துருக் காங்க...'' என்றார்.

''எனக்கு மார்ச்சுவரி டாக்டர் போன் பண்ணிட்டாரு. எந்த நாயோ குடிச்சுட்டு வண்டிய ஓட்டி இடிச்சுட்டுப் போயிருக்கான். அவனைப் பிடிச்சாத்தான் நமக்கு தேறும். இவங்க பாவம்... இருந்தாலும் வழக்கமா வாங்கறத வாங்கிட்டு ஃபைல் பண்ணி எப்.ஐ.ஆர். போட்றுங்க. அப்படியே ஆறுமுகத்தை அனுப்பி சிசி கேமரா பதிவு இருக்கான்னு நூறடி ரோடு பக்கம் போய் செக் பண்ணிட்டு வரச் சொல்லுங்க. இடிச்சவனுக்கு இருக்கு ஏழரை.''

சப் இன்ஸ்பெக்டரின் கொரகொர குரல் கருணாகரன் காதில் தேய்ந்து வந்து ஒலித்தது. போலீஸ்காரரும் போனை வைத்துவிட்டு வந்தவராய், “உங்க நல்ல நேரம், எப்.ஐ.ஆர். போட்டு அனுப்பச் சொல்லிட்டாரு. எப்.ஐ.ஆர். காப்பிய காட்னாலே போதும். மார்ச்சுவரில் பிரச்னை இருக்காது. இருந்தாலும் டெட்டால் வாங்கணும், காட்டன் கிளாத் வாங்கணும், டீ கம்போசிங் ஊசி போடணும்னு காசு கேப்பாங்க. தலையை சுத்தி விட்டெறிஞ்சிடுங்க. இல்லாட்டி பாடியை போட்டு வெச்சுக்கிட்டு அலைக்கழிப்பாங்க. அங்க நின்னு வேலை பார்க்கறதுக்கும் ஒரு தைரியமும் பொறுமையும் வேணும். அவங்களுக்கு சமுதாயத்துலயும் பெரிய அங்கீகாரம் கிடையாது. அவங்க வேற என்னதான் செய்வாங்க?'' என்று இப்படியும் அப்படியுமாக பேசிய போலீஸ்காரர், எப்.ஐ.ஆர். காப்பியைத் தரும்போது தலையைச் சொறியத் தவறவில்லை.

ஸ்டேஷனை விட்டு வெளியே வரவும், தூக்க மின்மை காரணமாகவும் அழுததாலும் உடம்பு தள்ளியது.

''அம்மாடி, ஒரு காபியை குடிப்போம். கூடவே பன்னோ, ரொட்டியோ சாப்டுவோம். இனிமேதான்

நிறைய வேலை இருக்கு. முக்கியமா, அந்த ராஜரத்னம் வீட்டுக்குப் போய் பணத்தைக் கொடுத்தாரா, இல்லை யானு பார்க்கணும்...'' என்ற கருணாகரன் வெளிக் கடையில் டீ சொன்னார்.

''கொடுத்திருப்பார் அங்கிள். நிச்சயம் கொடுத் திருப்பார். ஏன்னா, சாயந்திரம் 6 மணிக்கே போய்ட்டாரே. விபத்து ராத்திரி 8.9 மணி கிட்டத்தான் நடந்திருக்கணும். அப்ப திரும்பி வரும்போதுதான் நடந்திருக்கணும்...''

''என்னம்மா பண்ணலாம்? கொடுத்திருந்தா பணத்தை திருப்பி வாங்கிடலாமா? எனக்கென்னமோ இனியும் இந்த வீடு வேணாம்னு தோணுது.''

''ஆமாம் அங்கிள். எனக்கு இப்ப அந்த ஆசை இல்லை. அப்பாவே போய்ட்டார். வீடென்ன அங்கிள் வீடு...''

''சரிம்மா. நான் போய் முதல்ல பணத்தை வாங்கறேன். வாங்கிட்டு அதை பத்திரப்படுத்திட்டு நான் ஜி.ஹெச். வந்துடுறேன்...'' என்றவர், ''இல்லம்மா. என்கூட நீயும் வர்றதுதான் சரி...'' என்றார்.

''அங்கிள்... இப்பவா...?''

''ஆமாம்மா! பணத்தை அவர் இன்னிக்கு தரணும்னு கூட இல்ல. ஆனா, அது அவர்கிட்ட போய்ச் சேர்ந்தது தெரியணும்''

''அங்கிள்... இப்ப போய் பணத்தைக் கேக்கறது நல்லா இருக்குமா?''

''பணம்தாம்மா இப்ப பிரச்னையே. இதை வெச்சுத் தான் நடந்தது தற்செயலான விபத்தா? இல்லை, பணத்துக்கான கொலையான்னு தெரியவரும். இதை நாம கண்டுபிடிக்காட்டியும் போலீஸ் சும்மா விடாது. அந்த சப் இன்ஸ்பெக்டர் பேசினது என் காதுல விழுந்தது. அந்த ஆள் நிச்சயம் ஆக்சிடெண்ட் பண்ணவனை சும்மாவிட மாட்டான். என் ஸ்கூட்டி வேற அந்த ரோட்டுல எந்த நிலைல கெடக்கோ...?''

சொல்லிக் கொண்டே வாங்கிய டீயை கஷாயம் போல விழுங்கியவர், ஒரு பன்னையும் வாங்கிப் பிய்த்து வாயில் போட்டுக் கொண்டார். செல்வியும் அனைத்தையும் விழுங்கி முடித்தாள். அடுத்த நொடியே ஆட்டோ பிடித்தனர். அதுவும் சிறகு முளைத்தாற்போல் பறந்தது.

மொட்டை மாடியில் நின்று கொண்டு பிரஷ்ஷால் வாய்க்கு வெள்ளையடித்தபடி இருந்த சேகர், செல்வியும் கருணாகரனும் ஆட்டோவில் இருந்து இறங்குவதைப் பார்த்து தலையை உள்ளிழுத்துக் கொண்டான்.

இருவரும் கதவைத் தட்டவும், ராஜேஸ்வரிதான் கதவைத் திறந்தாள். செல்வியைப் பார்த்த நொடி அவளையும் துக்கம் தொற்றிக் கொண்டது.

"எல்லாம் கேள்விப்பட்டேம்மா. ராத்திரி எல்லாம் தூக்கமே இல்லை. ஆமா, நீ என்னம்மா திடுதிப்புன்னு இங்க...?" அவள் கேள்விக்கு கருணாகரன் பதில் சொன்னார்.

"கொஞ்சம் உள்ள போய்ப் பேசலாமா?"

அவர் கேட்ட விதமே பரிதாபமாக சுரம் குறைந்து ஒலித்தது. ராஜேஸ்வரியும், "வாங்க..." என்று உள்ளே அழைத்தாள்.

ஹாலுக்கு வந்தபோது முகம் துடைத்தபடி வந்திருந்தான் சேகர். அவனைத் தன் பார்வையாலேயே குத்துவதுபோல் பார்த்தாள் செல்வி. அவனால் அந்தப் பார்வைக் குத்தலைத் தாள முடியவில்லை.

கொட்டாவி விரிய, இடுப்பு லுங்கியை அவிழ்த்துக் கட்டியபடியே பெட்ரூமில் இருந்து வந்தார் ராஜரத்தினம், கருணாகரனையும் செல்வியையும் பார்த்தவருக்கு உள்ளங்காலில் ஆணி குத்தியதுபோல ஒரு நறுக்...

முகத்திலும் கண்ணாடி உடைந்து சில்லுகள் ஆனது போல ஒரு உணர்வோட்டம். அவரைப் பார்க்கவும்

கருணாகரன் கையெடுத்து உதடுகள் துடிக்கக் கும்பிட்டார். செல்வியும் பரிதாபமாகப் பார்த்தாள்.

''என்ன இது... காலங்காத்தால நம்ம வீட்டுக்கு வந்திருக்கீங்க... நான் ஏதேதோ கேள்விப்பட்டேனே?'' என்று அவர்களைச் சமாளிக்கத் தொடங்கினார்.

''ஆமாய்யா... சிவராமன் இப்படி பாதியில் போவான்னு யாருமே நினைக்கல. நான் வந்தது அதைப் பத்திப் பேச இல்லய்யா. அவர் 30 லட்ச ரூவா பணத்தோட உங்களைப் பார்க்கத்தான் புறப்பட்டார். ஆனா, ஆக்சிடெண்ட்னு எங்களுக்கு தகவல் வந்து அவனை பொணமாப் பார்த்ததுதான் மிச்சம். அவன் அட்வான்ஸைத் தந்துட்டான் தானேய்யா?'' கருணாகரன் கேள்விக்கு ராஜரத்னம் துளியும் தடுமாற்றமின்றி பார்த்தார்.

''அட்வான்ஸா... என்ன சொல்றீங்க?'' என்று திருப்பிக் கேட்டார். கேட்ட விதம் பணமெல்லாம் தர வில்லை என்பதை கருணாகரனுக்கு உணர்த்திவிட்டது. இருந்தும், ''என்னய்யா... இப்படிச் சொல்றீங்க.? உங்களப் பார்த்து பணம் தரத் தான்யா புறப்பட்டார்...''

''அது இப்ப நீங்க சொல்லும்போதுதானே தெரியுது?''

ராஜரத்னத்தின் அசுரப் பொய் செல்வியை மயக்கத்திலேயே தள்ளிவிட்டது. ராஜேஸ்வரி விக்கிப்போடு பார்க்க, சேகர் அப்பனின் கணக்கு புரிந்ததுபோல பதிலுக்கு ராஜேஸ்வரியைப் பார்த்தான். அவள் ஜாடையாக கையை ஆட்டி, அவனைப் பார்த்து, 'இதெல்லாம் பெரிய பாவம்' என்பதுபோல எச்சரித்திட, ராஜரத்னமோ அசராமல் தொடர்ந்தார்.

''அப்ப ஆக்சிடெண்ட் ஆனப்ப பணம் இல்லியா? இல்லை,' பணம் இருக்கறது தெரிஞ்சே யாராவது ஆக்சிடெண்ட் பண்ணிட்டாங்களா?'' என்று ஒரு புது ரூட்டைக் காட்டினார்.

கருணாகரன் செல்வியின் கன்னத்தைத் தட்டி அவளை எழுப்ப முயல, ராஜேஸ்வரி ஓடிப் போய் தண்ணீர் கொண்டுவந்து தந்தாள்.

முகத்தில் தண்ணீர் படவும் மெல்லக் கண்திறந்த செல்வி, கருணாகரனைப் பார்த்த பார்வையில் ஏமாற்றமும் அதிர்ச்சியும் சமவிகிதத்தில் கலந்திருந்தது.

''அப்ப, இதுக்காகத்தான் நேரா இங்க வந்தீங்களா? ஒரு போன் பண்ணி கேட்டா சொல்லியிருப்பேனே... அடப்பாவமே! பணமும் போய் ஆளும் போய்ட்டாப்பிடியா... கொடுமை.... கொடுமை! யாருக்கும் இப்படி நடக்கக் கூடாது!'' ராஜரத்னத்திடம் குரூரம் ஆதங்கமாய் குழைந்து வெளிப்பட்டது.

''ஆமா... போலீஸ்ல கம்ப்ளைண்ட் கொடுத்தாச்சா?''

''ஆச்சுங்க...''

''பணத்தைக் காணோம்னு சொன்னீங்களா?''

''அதைச் சொல்லல. நாங்க உங்ககிட்ட தந்திருப் பார்ன்னு நினைச்சோம். அவர் அடிபட்டுக் கிடந்த இடத்துல லெதர் பேக் காலியாத்தான் கிடந்ததாம்...''

''ஆமா, யார் ஆஸ்பத்திரிக்கு கூட்டிக்கிட்டுப் போனது?''

''முருகானந்தம்ங்கற ஒரு வெல்விஷர்.''

''நல்லாத் தெரியுமா... அவர் வெல்விஷர்தானா?''

''என்னய்யா... உதவி செய்தவரையே சந்தேகப் படச் சொல்றீங்க?''

''படணும்யா... படணும்! இந்தக் காலத்துல எல்லாத்தையும் சந்தேகப்படணும். ஒரு காசா... ரெண்டு காசா... முப்பது லட்சமில்ல?''

''.........''

''இப்படி அழுதுக்கிட்டு நின்னா எப்படி? முதல்ல போய் கம்ப்ளைண்ட் கொடுங்க. இந்த நிலைல

உங்களால எங்க வீட்டை வாங்கறதுங்கறது எனக்கு சாத்யமா தெரியல. ஆகையால் அதை மறந்துடுங்க. நான் வேற பார்ட்டியை பார்த்துக்கறேன். நான் வளவள ஆசாமி கிடையாது. என்வரைல எப்பவுமே வெட்டு ஒண்ணு, துண்டு ரெண்டுதான். போங்க, போய் முதல்ல பணமும் மிஸ்ஸிங்ன்னு கம்ப்ளைண்ட் கொடுங்க. ஒண்ணு, ஆக்சிடெண்ட் பண்ணவன் திருடியிருக்கணும். இல்ல, முருகானந்தமோ ஜீவானந்தமோன்னு ஒருத்தரைச் சொன்னீங்களே... அந்தாளு எடுத்திருக்கணும். இதுதான் என் அபிப்ராயம்!''

கம்பீரமாகப் போய் சோபாவில் அமர்ந்துகொண்டு தீர்க்கமாய் ஒரு சொற்பொழிவையே நிகழ்த்தி முடித்தார் ராஜரத்னம். பதிலுக்கு ராஜேஸ்வரி அவரை கண்கள் இடுங்க பார்த்துக் கொண்டேயிருந்தாள். சேகரும் மெல்ல இடையிடத் தொடங்கினான்.

''ஸாரி செல்வி. நீ போன் பண்ணியும் என்னால வரமுடியல. கிளம்பும்போது திரும்பவும் டிசன்ட்ரி. புரிஞ்சிக்குவேன்னு நம்பறேன்...'' என்றான்.

''அங்கிள், வாங்க போகலாம்.'' அடுத்த நொடி செல்வி, கருணாகரனோடு கிளம்பி விட்டாள். அவர்கள் விலகவும் ராஜேஸ்வரி, ராஜரத்னம் முன் பாய்ச்சலோடு வந்து நின்றாள்.

''என்னங்க இது... இப்படி ஒரு பச்சைப் பொய்யைச் சொல்லி பழியையும் யார்மேல எல்லாமும் போட்றீங்க?

''முதல்ல இப்படி கத்தறதை நிறுத்து. இது எனக்குக் கிடைச்சிருக்கற சந்தர்ப்பம்டி. அதை நான் பயன்படுத்திக்கறேன். நியாய அநியாயம் பார்க்க நான் என்ன தர்மபுத்ரனா? வியாபாரிடி...''

''இது என்ன பதில்? எந்த வியாபாரி இப்படி பச்சைத் துரோகம் பண்ணுவான்?''

"பச்சைத் துரோகமாவது, சிகப்புத் துரோகமாவது... போடி, போய் வேலையைப் பார். துரோகம் பண்ணா தான்டி இப்ப முன்னுக்கே வரமுடியும்!"

"நீங்க என்ன சோத்துக்கே இல்லாம கஷ்டத்துலயா இருக்கீங்க? அதான் வீடு, வாசல்னு எல்லாம் ஒண்ணுக்கு ரெண்டா இருக்குல்ல?"

"ராஜேஸ்வரி, திரும்பவும் சொல்றேன்... பேசாம போய் உன் வேலையப் பார். நியாய தர்மம்னு வாழ்ந்தவன் ஐயோன்னு போயட்டானே... அதுக்கு என்ன சொல்றே?"

"அவர் எப்ப என்ன பாவம் பண்ணாரோ? அதையா உதாரணமா சொல்றது?"

"சுருக்கமா சொல்றேன்டி. நல்லவனுக்கோ, நல்ல துக்கோ இது காலமில்ல. மக்களையே எடுத்துக்கோ... காசு கொடுக்கற அரசியல்வாதிக்குத்தான் ஓட்டுப் போடறாங்க. எந்த யோக்யன் முதல்ல டிபாசிட் வாங்கியிருக்கான்னு சொல்லு. பார்ப்போம்."

"உங்ககிட்ட இனி என்னால பேச முடியாதுங்க. ஒண்ணு மட்டும் நிச்சயம். நாம நல்லா இருக்கப் போறதில்ல!"

"அடிப்போடி... நாமதான் நல்லா இருப்போம். அதை நீ பார்ப்பே. டேய் சேகரு... உனக்கும் சொல்லிக் கறேன். அந்தப் புள்ளைய பார்த்து சமாதானம் பண்றேன்னு எதையாவது செய்து வைக்காதே... இனி அது முகத்துலயே நீ முழிக்கக் கூடாது..."

ராஜரத்னத்தின் கட்டளைக் குரலுக்கு மௌனமாகத் தலையாட்டிவிட்டு திரும்ப மாடி நோக்கிச் சென்றான் சேகர்.

"உனக்கும்தான் சொல்றேன். நியாயம் அநியாயம்னு பேசி சிக்கலை உண்டாக்கிடாதே. இனி இந்த விஷயத்தை நீ பேசவே கூடாது. மீறிப் பேசினா மாடில இருந்து

தள்ளி விட்டுட்டு, தவறி விழுந்துட்டேன்னு சொல்லிட்டு போய்கிட்டே இருப்பேன்...''

ராஜரத்னத்தின் அசராத மிரட்டல் ராஜேஸ்வரியையும் கட்டிப் போடத் தொடங்கியது.

12

ஸ்ரீசமகா வித்தைகளில் காளி உபாசனை மிக உக்ரமானது. உபாசனா மந்திரத்தால் காளி வசமானால், ஒருவன் எதையும் சாதிக்க முடியும். தன்னை எதிர்ப்பவர் யாராக இருந்தாலும் வெற்றி கொள்ள முடியும். ஆனால், எதற்காகவும் குறுக்கு வழிகளில் முயலக் கூடாது. சத்யமும் தவறி நடக்கக் கூடாது. வாக்கு சுத்தமும் முக்கியம். நேர்மையாக காளியை உபாசிப்பவனுக்கு காளி ஓடிவந்து துணை நிற்பாள். காரியம் யாவிலும் கை கொடுப்பாள்.

காளியின் கருணையால் வரலாற்றில் வாழ்பவர்களில் விக்ரமாதித்தன் தலையானவன். காளியின் பேரருளுக்காகத் தன் சிரசையே வெட்டிக் காளியின் காலடியில் போடத் துணிந்தவன். முட்டாளாக இருந்த ஆடு மேய்த்திடும் இடையன் ஒருவனும் காளி அருளால் காளிதாசன் என்றே ஆகி, சாகுந்தலம், மேக தூதம், குமாரசம்பவம் என்று இலக்கியம் படைத்தான்.

காளியின் பேரருளுக்கு ராமகிருஷ்ண பரமஹம்சரும் ஒரு சிறந்த உதாரணம்.

ஆட்டோவில் இருந்து உதிர்ந்து போலீஸ் ஸ்டேஷனுக்குள் நுழைந்தவர்களை புருவத்தில் கேள்வியோடு பார்த்தார் அந்த போலீஸ் ரைட்டர்.

''என்ன திரும்ப வந்திருக்கீங்க? அதான் எப்ஐஆர் போட்டாச்சுல்ல?''

"அது இல்ல சார். இறந்து கிடக்கற என் நண்பன் 30 லட்ச ரூபாய் பணத்தோட போனப்பதான் விபத்து நடந்து, உயிரும் போயிருக்கு. நாங்க அவர் வீட்டுக்காக அட்வான்ஸ் கொடுத்துட்டு வரும்போது விபத்து நடந்திருக்கலாம்னு நினைச்சிட்டோம். ஆனா, அவர் அட்வான்ஸ் கொடுக்கலைன்னு வீட்டுக்காரர் சொல்லிட்டார். யாரோ பணத்துக்காக ஆக்சிடெண்ட் பண்ணிட்டு பணத்தோட ஓடிட்ட மாதிரிதான் தெரியுது."

"ஓ... இந்த ஆக்சிடெண்ட் பின்னால இப்படி ஒரு உருட்டு இருக்குதா?"

"ஆமாம் சார்... 30 லட்சம் சார். அவ்வளவும் என் நண்பன் தன்னையே அடகுவெச்சு கடனா வாங்கின பணம் சார். அவன்தான் போயிட்டான், பணமாவது கிடைச்சுட்டா நல்லா இருக்கும் சார். கொஞ்சம் தயவு பண்ணுங்க..."

"இதை இப்படியா லேட்டா சொல்வீங்க? எப்.ஐ.ஆரை எல்லாம் திருத்தி எழுத முடியாது."

"எங்களுக்கு இந்த நடைமுறையெல்லாம் தெரியாது சார். தயவு பண்ணுங்க சார்..."

"ஆக்சிடெண்ட் பண்ணதே யார்ன்னு தெரியல. இருட்டுல ஓடியே போய்ட்டான் அவன். இதுல இது வேறயா?"

"ப்ளீஸ் சார்..."

"சரி, தனியா ஒரு கம்ப்ளைண்ட் நல்லா தெளிவா எழுதிக் கொடுங்க. இன்ஸ்பெக்டர் வரட்டும், நான் பேசிட்டு சொல்றேன். இப்ப போய் பாடியை வாங்கி காரியத்தைப் பாருங்க." போலீஸ் ரைட்டர் சொல்ல, அடுத்த 15 நிமிடத்தில் ஒரு புகார் தயாரானது. செல்வி தான் கையெழுத்துப் போட்டுக் கொடுத்தாள்.

அதே சூட்டோடு வெளியே வந்தவள், "அங்கிள்... எனக்கு கார்க்காரன் மேலயோ, இல்ல அந்த முருகானந்தம் மேலயோ சந்தேகமில்லை. குறிப்பா முருகானந்தம் மேல

எனக்கு பூரண நம்பிக்கை இருக்கு. அவர் பணத்தை திருடி யிருந்தா ஓடியிருப் பாரு. ஆஸ்பத்திரிக்கு வந்து தன் முகவரியை கொடுத்து அப்பாவை காப்பாத்தா போராடி யிருக்க மாட்டாரு. எனக்கு சந்தேகமேயில்லை... எங்க வீட்டு சொந்தக்காரர் ராஜரத்னம் அப்பாகிட்ட பணத்தை வாங்கிட்டாரு. அவர் பொய் சொல்றாரு... அந்த சேகர் திருட்டு முழி முழிச்சான். டிசென்ட்ரிங்கறதெல்லாம் பச்சப் பொய். அவங்க அம்மாவும் பார்த்த பார்வையே சரியில்லை...'' என்று வெடித்தாள்.

''அப்ப, அவர் மேலதான் சந்தேகம்னு எழுதி யிருக்கலாமேம்மா...''

''அப்படித்தான் எழுதிக் கொடுத்திருக்கேன்!'' அந்த பதிலால் அதிர்ச்சியளித்தாள் செல்வி.

''எனக்கும் சந்தேகமா தாம்மா இருந்தது. ஆனா, அதை எப்படி நிரூபிக்க முடியும்?''

''பார்ப்போம்... போலீஸ் விசாரணைல ஏதாவது நல்லது நடக்குதான்னு. என்னால இனியும் இந்த ஃபார்மாலிடிஸ் பின்னால அலைய முடியாது அங்கிள். நாம போய் அப்பா உடம்பை வாங்கி...'' என்று சொல்ல வந்தவள், சொல்ல முடியாது தேம்பி அழத் தொடங்கினாள்.

''சரிம்மா. வாம்மா போவோம்.'' என்றவர் ஒரு ஆட்டோ பிடித்து ஜி.ஹெச் நோக்கிப் பறந்தார்.

மதியம் மூன்று மணி. முகம் மட்டும் வெளித்தெரிய ஒரு ஆறடி நீளத் துணிமூட்டையாக சிவராமனை ஸ்ட்ரெச்சரில் தள்ளிக்கொண்டு வந்து கொடுத்தனர். கால் கட்டை விரலில் எண்களால் குறிக்கப்பட்ட ஒரு தாள் கட்டப்பட்டிருந்தது. அவர் முகத்தைப் பார்க்கவும்... உடம்பின்மேலேயே புரண்டு விழுந்து அழுதாள் பார்வதி. அவளைத் தேற்றி ஆம்புலன்ஸில் ஏற்றி அப்படியே நேராக சுடுகாட்டுக்குத்தான் கொண்டு சென்றனர்.

மாலை 6 மணி. ஒரு மண் கலயத்தில் சிவராமனைச் சாம்பலாக மாற்றி எடுத்துவந்து தந்தார் மின்தகன சுடுகாட்டின் தகனக்காரர். செல்வி கைகள் நடுங்க வாங்கிக் கொண்டாள்.

ஒரு ஐந்தரை அடி உயர மனிதர், ஒரு சாண் உயரக் கலயத்துக்குள் அடங்கிவிட முடியுமா என்ன? ஆனால், இதுதான் யதார்த்தம்! நினைக்கும்போதே நெஞ்சைக் கரித்தது. ஓடுகின்ற ஆற்று நீரில் அந்தச் சாம்பலைக் கரைத்தபோது இதுதான் வாழ்க்கை என்பதும் விளங்கியது.

ஆற்றில் குளித்த ஈர உடம்போடு செல்வியே எல்லாக் காரியங்களையும் செய்தாள். உடன் உறவினர்கள் சிலர் இருந்து தாங்கிக் கொண்டனர்.

வீடு திரும்பியபோது வாசலில் போடப்பட்டிருந்த மர பெஞ் சில் நிஜாம்பாய் அமர்ந்து கொண்டிருந்தார். அவரை செல்வி நா தழுதழுக்க பார்த்தாள்.

''எல்லாம் கேள்விப்பட்டேம்மா. என்ன சொல்றதுன்னே தெரியல...'' என்றவர், பணம் பற்றி எதுவும் பேசவில்லை. ஆனால், செல்வி பேசினாள்.

''பாய், எப்பாடு பட்டாவது உங்க பணத்த நான் தந்துடுவேன். இப்ப என்னால அதை மட்டும்தான் சொல்ல முடியும்...'' என்றாள்.

பாய் பதிலுக்கு எதுவும் பேசாமல் அவள் கைகளை இழுத்துப் பிடித்து, அந்த உடல் மொழியாலேயே அவளை நம்புவதை வெளிப்படுத்தினார்.

ஒரு மாதம் ஓடிவிட்டது. சிவராமன் இல்லாத அந்த வீட்டில் திரும்பிய பக்கமெல்லாம் இருட்டு. பார்வதி ஊமையாகி விட்டதாகவே பலரும் நினைத்தனர். செயல்பட்டது செல்வி மட்டும்தான். அன்று கருணாகரன் வரவும் மௌனத்திலேயே வரவேற்றாள்.

''போலீஸ் ஸ்டேஷனுக்குத்தாம்மா போய்ட்டு வரேன்'' என்று பேச்சைத் தொடங்கினார். மௌனத்தி லேயே கேட்டுக்கொண்டாள் செல்வி.

''அந்தப் பச்சைத்துரோகி போலீஸுக்கும் பணம் கொடுத்திருப் பான் போல... இன்ஸ்பெக்டர் என்னையே குத்தம் சொன்னார். அவங்க விசாரிச்சிட்டாங்களாம். அவர் இல்லையாம். காரை ஏத்திட்டு போனவன்தான் பணத்தை எடுத்துருக்கணுமாம்...'' அவர் சொல்லச் சொல்ல செல்வி முகம் ஆவேசத்துக்கு மாறத் தொடங்கியது.

''அதெல்லாம்கூடப் பெருசு இல்லம்மா. நாம கூட பணம் தொலைஞ்சு போச்சுன்னு பொய் சொல்லி யிருக்கலாமாம். ஏன் கேக்கறே? ஏண்டா போலீஸ் ஸ்டேஷனுக்கு போனேன்னு ஆயிடிச்சும்மா!'' அதுவரை அழுதிராத அவர் கண்களிலும் லேசாகக் கண்ணீர். அந்தக் கண்ணீர் செல்வியைச் சற்று இளக்கியது.

''அங்கிள், அழாதீங்க... எங்களுக்கு உதவி செய்த நீங்கள் நல்லா இருக்கணும்!''

''என்னத்தம்மா... நல்லதுக்குக் காலமில்லேங்கறது எவ்வளவு பெரிய உண்மை தெரியுமா?''

''இப்படிப் புலம்பறதுதான் ஒரே தீர்வா அங்க்கிள்?''

''நானும் யோசிச்சு யோசிச்சுப் பாக்கறேன். வழியே தெரியல. நம்மளோட விஷயமா வக்கீலைக்கூட பார்த்துப் பேசினேன். அவர் எதுக்குமே எவிடென்ஸ் இல்லையே... கோர்ட்ல எவிடென்ஸ்தானே பேசும்னு சொல்லிட்டார்...''

''இப்படி எல்லாம் நடக்கும்கறதாலதான் 'திருடனாய் பார்த்து திருந்தாவிட்டால் திருட்டை ஒழிக்க முடியாது'ன்னு பாடினாங்களோ அங்கிள்...''

''நம்மகிட்ட எந்த சிச்சுவேஷனுக்கும் நியாயம் கற்பிக்க ஒரு பழமொழி இருக்கும்மா. நீ அந்த

ராஜரத்னதததுகிட்டயே போய் 'நீங்க செய்தது நியாயமா, நேர்மையான்னு கேட்டே'ன்னு வை... அந்தாள் தன் நிலைப்பாடுதான் சரிங்கறதுக்கு அவனும் ஒரு பழமொழி சொல்வான். ஏமாறுகிறவன் இருக்கறவரை ஏமாற்றுகிறவன் இருப்பான்னு சொல்வான். அப்பக்கூட ஏமாந்தது நம்ம தப்புன்னு முதல்ல நம்மளத்தான் சொல்வாங்க!'' திமுதிமுவென்று குமுறினார் கருணாகரன்.

அவர்களின் அவ்வளவு பேச்சையும் சிலைபோல கேட்டபடி இருந்தாள் பார்வதி. அவளிடம் எந்த ஆவேசமும் இல்லை. அவள் பனிக்கட்டி போல உறைந்து போயிருந்தாள்.

''அம்மா பெரிய கனவுல இருந்தாங்க. முதல்ல வீடு, அப்புறம் என் கல்யாணம்னு அந்தக் கனவு ரொம்பப் பெருசு அங்கிள். எல்லாமே இப்ப தரைமட்டமாயிடிச்சு. முன்னல்லாம் எழுந்த உடனே பூஜையறையில விளக் கேத்தி வெச்சுட்டுத்தான் வேலையையே தொடங்கு வாங்க. இப்ப பூஜை அறைப் பக்கமே திரும்பறதில்ல. அவங்க இப்ப கடவுளே இல்லைங்கற முடிவுக்கு வந்துட்டாங்க...''

''நானும்தாம்மா. எங்க பார் லஞ்சம்... கமிஷன். கொடுக்கறவன் இருக்கப் போய்தான் வாங்கறவன் உருவாகறான். சுயநலம்தானே கொடுக்கச் சொல்லி எல்லாத்தையும் கெடுக்குது? இங்க யாருமே யோக்ய மில்லம்மா. நம்ப தெருவையே எடுத்துக்கோ... தார் ரோடு போட்டுப் பத்து வருஷமாச்சு. ஒரே மேடு பள்ளம். யாராவது கவலைப்பட்டிருப்பாங்களா? நான் போய் புகார் கொடுத்தேன். தகவல் அறியும் சட்டத்தைப் பயன்படுத்தி கடைசியா எப்ப ரோடு போட்டதுன்னு தெரிஞ்சிக்க முயற்சி செஞ்சேன். கடந்த பத்து வருஷத்துல இரண்டு முறை போட்டுருக்கறதா தகவல் வந்தது. அந்த இரண்டு தடவை மேடு பள்ளத்தை நிரவி கிழிஞ்ச துணியை தைக்கற மாதிரி ஒட்டுதான் போட்டாங்க.

ஆனா, ரோடு போட்டுட்டதா கணக்குக் காட்டிட்டாங்க. நான் கரடியா கத்தினேன். ஒரு அதிகாரி, ''சார், உங்களை நக்சலைட்டுன்னு சொல்லி உள்ள தள்ளிடுவேன்'னாரு. நான் அப்படியே நொறுங்கி போயிட்டேன். யாரும் எனக்குத் துணையும் நிக்கல. ஏன் எல்லாரும் ஏதோ ஒரு தப்பை செய்துகிட்டிருக்காங்க. ஒரு வீட்டுக்காரன் பாதித் தெருவுக்கு தன் வீட்டு வாசப்படியை சரிச்சு விட்ருக்கான். ஒருத்தன் நல்ல தண்ணிய மோட்டர் போட்டு உறிஞ்சறான். ஒருத்தன் வீட்டு வாசல் கரண்ட் கம்பத்துல இருந்தே சாதுர்யமா கரண்ட் திருடறான். இந்த லட்சணத்துல யாரும் இப்ப எதுக்காகவும் நடக்கறதே இல்லை. டூ வீலர், இல்லேன்னா கார். பேங்க்தான் கடன் வாங்கச் சொல்லி போன் பண்ணிகிட்டே இருக்கே? ஜபர்தஸ்தா காரையும் டூ வீலரையும் வாங்கி ரோட்டை ஆக்ரமிச்சிட்றோம். நடக்க இடம் இருக்கா? ஒரு கார், ஒரு படுக்கையறை அளவு இடத்தை அடைச்சுக்குது. அதனால எவ்வளவு ட்ராஃபிக்? எத்தனை விபத்து? இப்படியே போனா இது எதுலபோய் முடியும்னு யாராவது யோசிச்சிருக்கோமா?''

கருணாகரன் ஏதோ மேடை கிடைத்துவிட்டதுபோல கொட்டித் தீர்த்தார். அப்போது யாரோ வருவது தெரிந்தது. இருவருமே பார்த்தனர். எதிர் வீட்டில் குடியிருக்கும் பகவதியம்மாள் தான் அது. எண்பது வயதைத் தாண்டியவள். முகத்தில் அப்படி ஒரு லட்சணம். இன்று பெண்கள் வைத்துக்கொள்ள மறுத்துவிட்ட நாலணா அளவிலான பெரிய பொட்டு. பின் கூந்தலிலும் கதம்பம்!

''வாங்க பாட்டி...''

''என்னம்மா, உங்கம்மா வாயைத் திறந்து பேசறாளா, ஒழுங்கா சாப்பிட்றாளா?''

''இல்ல பாட்டி. நானும் போராடிக்கிட்டு இருக்கேன்...''

"ஹும்... பாவம் உன் அம்மா. காலம் அவ நெஞ்சுலயே அறைஞ்சிடிச்சு. அறைஞ்சது விதியா இருந்தாகூட பரவாயில்ல. அது ஒரு சதி..." பகவதியம்மாள் நறுக்கென்று சொன்னாள். அப்போது இன்னும் இரண்டு பேர் அனுமதியே இல்லாமல் உள்நுழைந்தனர். அதில் ஒருவர் வீட்டு புரோக்கர். இன்னொருவர் அவரது க்ளையண்ட்!

"இதாங்க வீடு. நல்லா பார்த்துக்குங்க. ஒரு கோடின்னு வீட்டுக் காரர் சொல்றாரு. இன்னிக்கெல்லாம் ஒரு சிட்டில சென்டர் பிளேஸ்ல இப்படி ஒரு இடம் கிடைக்கறத நினைச்சுக்கூட பாக்க முடியாது..." என்று க்ளையன்டிடம் சொல்ல, அவரும் நாலாபுறமும் பார்த்தார்.

கடந்த இரண்டு நாட்களில் அந்த புரோக்கர் இதுபோல பல பேரை அழைத்துவந்து காட்டிவிட்டார். ராஜரத்னத்தின் ஏற்பாடுதான் அது. அந்த புரோக்கர், செல்வியைப் பார்த்து, 'சீக்கிரமா காலி பண்ணுங்க...' என்று ஒவ்வொரு முறையும் சொல்லாமல் சொன்னான்.

கருணாகரனுக்கு அமிலத்தைச் அப்பியது போல் இருந்தது. "ஏப்பா... குடியிருக்கற வீட்டுக்குள்ள நீ பாட்டும் சொல்லாம கொள்ளாம வர்றே?" என்று அவனை எதிர்கொள்ளப் பார்த்தார்.

"இது இப்ப கிட்டத்தட்ட என் வீடுங்க. அப்படித் தான் ஐயா சொல்லியிருக்கார். வீட்டை பார்க்க வர்றவங்களை கூட்டிக்கிட்டு வந்து காட்டறது என் தொழில். அதைப் போய் கேள்வி கேட்கறீங்க?"

"அதுசரி... வீட்ல பொம்பள ஆளுங்க இருக் காங்கல்ல?"

"அதான் காலி பண்ணச் சொல்லியாச்சே. நீங்க உக்காந்துக்கிட்டு இருந்தா அதுக்கு நாங்க பொறுப்பா?"

வாக்குவாதம் வளரவும் பகவதியம்மாள் இடையில் புகுந்து தடுத்தாள். புரோக்கரும் பார்ட்டியோடு முறைத்துக் கொண்டே விலகினான்.

செல்வி குமுறிக் குமுறி அழத் தொடங்கி விட்டாள். அப்போது பகவதியம்மாளின் பார்வை, சுவரில் தொங்கிய மடப்புரம் காளி படத்தைப் பார்த்தது. அவள் முகத்தில் ஒரு மலர்ச்சி!

"செல்வி..."

"சொல்லுங்க பாட்டி..."

"மடப்புரத்தா உங்க குலதெய்வம்தானே?"

"உம்...."

"கவலையை விடு. இவ இருக்க இனி நீ அழக் கூடாது."

"போதும் பாட்டி. சாமி கும்புட்றதெல்லாமே வேஸ்ட். கடவுளும் இருக்க வாய்ப்பே இல்லை. ஒரு வேளை இருந்தாலும் அது இருக்கறதுல அர்த்தமுமில்ல..."

"நீ வெறுப்புலயும் விரக்திலயும் இருக்கே. இப்படித் தான் பேசுவே. நான் சொல்றதக் கேள். மடப்புரத்தா லேசுப்பட்டவ இல்லை. அவளைப் போல துடியான தெய்வமும் கிடையாது."

"இப்ப என்ன சொல்ல வர்றிங்க.? மடப்புரத்துக் காளியைப் போய் கும்புட்டுட்டு வரச் சொல்றீங்களா?" எரிச்சலோடு கேட்டாள்.

"இல்லை. கும்புடக் கூடாது. கை இரண்டும் சேரவே கூடாது. கண்ணுல கனலோட, நெஞ்சுல நெருப்போட போகணும். போய் அவ முன்னால ஒரு ஒத்த ரூவா காசை இரண்டா வெட்டிப் போட்டுட்டு திரும்பிப் பாக்காம வந்துடு. அப்புறம் பார் என்ன நடக்குதுன்னு..."

"காசு வெட்டிப் போட்றதா? இது என்ன பைத்தியக் காரத்தனம்?"

"கத்தியை இன்னொரு கத்தியால தடுத்துத் தாம்மா சண்டை போட்டாகணும். அதே மாதிரிதான். நாணயம் கெட்டவங்களை தண்டிக்க அந்த நாணயத்தைக் கொண்டே தண்டிக்க நினைக்கறதும்!"

"பாட்டி... நீங்க சொல்றது கேக்க நல்லா இருக்கு. ஆனா, இதெல்லாம் முட்டாள்தனம். அப்படியெல்லாம் செஞ்சாத்தான் அந்த தெய்வத்துக்கு நடந்தது தெரியுமா? அப்பத்தான் அது கண்ணு திறந்து பாக்குமா?"

"இதோ பாரும்மா... எந்த விஷயத்துக்கும் இரண்டு பக்கம் உண்டு. ஒண்ணு, இப்ப நீ சொன்ன மாதிரி! இன்னொண்ணு, நான் சொன்னது. உங்க எதிரியை எதிர்க்க உங்களுக்குச் சக்தி இல்லை. அப்ப யார்கிட்ட சக்தி இருக்கோ, அங்க போறதுதானே புத்திசாலித்தனம்?"

"நாங்க எவ்வளவோ தடவை போயிருக்கோமே... ஆனா, இப்ப நடுத்தெருவுலதானே நிக்கறோம்?"

"தப்பு. உனக்கு நான் நல்லது சொல்லிகிட்ருக் கேன்னா உங்க கணக்குல கொஞ்சம் புண்ணியமும் இருக்கு. இது உங்களை மீட்டெடுக்கும்..."

"அப்ப, அப்பா அநியாயமா இறந்தது, பணம் தொலைஞ்சது எல்லாம் எங்க பாவமா?"

"அதுல என்ன சந்தேகம்? காரணமில்லாம ஒரு காரியம் கிடையாதும்மா. இருக்கவும் முடியாது. ஒரு கெட்டது நடக்கும் போது அதுக்கு சரியான காரணம் இருக்கும்னு நினைக்கறதுதான் நம்ப முன்னோர் வழக்கம். அப்பதான் மனசும் சமாதானமாகும்..."

"இங்க எங்க வரைல காரணமே இல்லை. என் அப்பா ஈ, எறும்புக்குக் கூட துரோகம் செய்தது கிடையாது."

"அது இந்த ஜென்மத்துல... போன ஜென்மத்துல செய்திருக்கலாம் இல்லையா?"

''பாட்டி, இந்த மறுஜென்ம பேச்செல்லாம் வேண்டாம். இது செவ்வாய் கிரகத்துக்கு குடிபோற காலம்.''

''மண்ணாங்கட்டி. ஒரு சுனாமி வந்தா ஊர் உலகமே காலி. உயிரோட இருந்தாத்தானே செவ்வாய் கிரகத்துக்கு குடிபோக?''

''எதுக்கு இப்ப உங்க மூடநம்பிக்கைகளை எனக்குள்ள திணிக்கிறீங்க?''

''எது நம்பிக்கை, எது மூடநம்பிக்கைங்கறதுலயே உனக்கு தெளிவில்லையேம்மா. ஒரு ராஜரத்னத்தை நம்பினது மூட நம்பிகை. நாலு பேரோட பணம் கொடுக்கப் போகாம தனியாப் போனது மூடநம்பிக்கை. நான் இவ்வளவு சொல்லியும் கேட்காம நீ விரக்தியிலேயே பேசறே பார்... இது மூடநம்பிக்கை.''

''ஐயோபாட்டி... நான் தெரியாமதான் கேக்கறேன்... அப்படிப் போய் காசு வெட்டி போட்டுட்டா என் அப்ப உயிர் திரும்பி வந்துடுமா? இழந்த பணம் கிடைச்சிடுமா?''

''அது தெரியாது. இப்படி பணத்தை இழந்து சாகணும்கற விதி உங்கப்பாவுக்கு இருந்து அதனால் நடந்திருக்கலாம். அதேசமயம் நம்ம கண் எதிர்ல ஒரு துரோகி தலை நிமிர்ந்து நடக்கக் கூடாது. பாவத்தைச் செய்துட்டு நிம்மதியா, நல்லபடியா வாழ முடியாதுங்கறது இந்த உலகத்துக்குத் தெரியணும்...''

''அது தெரிய வேண்டிய போலீஸுக்கே தெரியலியே... வக்கீல்கூட சாட்சி இருக்கான்னுதானே கேக்கறார்...''

''சரியா கேட்டே. சாட்சி இருக்கு...''

''யாரு?''

''அந்தக் காளிதான்.''

“இது என்ன பேத்தல்? காளிய வெச்சுகிட்டா எங்கப்பா பணம் கொடுத்தார்?”

“அவ நெஞ்சுல இருந்தாலே போதும்மா...”

“இதையெல்லாம் கோர்ட் ஏத்துக்காது பாட்டி...”

“அவ கோர்ட் ஏத்துக்கும்மா. அதுக்காகத்தாம்மா சாந்த சொரூபமா இருக்கறவ, கரிக்கட்டியா கபால மாலையோட இருக்கா...”

“அப்படின்னா இந்த நாட்டுல கோர்ட்டுன்னு ஒண்ணே தேவையில்லையே. எல்லாரும் அங்க போனாலே எல்லாம் முடிஞ்சிடுமே?”

“அப்படித்தாம்மா முந்தி இருந்தது. தெய்வத்துக்குப் பயந்த வரை எல்லாம் நல்லா இருந்தது. தெய்வமே கற்பனைன்னு எப்ப சொல்லத் தொடங்கினோமோ அப்பவே எல்லாம் போயிடிச்சு.”

“என்ன பாட்டி எப்படிக் கேட்டாலும் பதில் சொல்றீங்க?”

“அந்த பதிலுக்கு ஒரு சரியான பதிலை முடிஞ்சா நீ சொல்லு...”

“சொல்லிக்கிட்டுத்தானே இருந்தேன்...”

“இது பதிலில்லை. அவ்வளவும் அவநம்பிக்கை, விரக்திப் பேச்சு.”

பகவதியம்மாள் ஆணித்தரமாகச் சொன்னது கருணாகரனைக் கிள்ளியது.

“செல்வி... இப்ப என்ன, அந்தக் கோவிலுக்குப் போய் ஒரு ஒத்த ரூபாயை வெட்டித்தான் போடுவோமே... ஒரு ரூபாதானே?” என்றார்.

“பாவி மனுஷா... நான் சொல்லிட்டேன்னு நம்பிக்கை இல்லாம சடங்கு மாதிரி இதைச் செய்யக் கூடாது. நம்பிக்கை ரொம்ப முக்கியம். அடுத்து, உன் பக்கம் நியாயம் இருக்கணும். அப்பதான் அவ

வருவா. அதுக்காகத்தான் அவ அப்படி ஆவேசமாவும் இருக்கா.''

பகவதியம்மாளின் வார்த்தைகள், ''செல்வி, புறப் படு...'' என்றுதான் கருணாகரனைச் சொல்ல வைத்தது.

''அப்படிச் சொல்லு. புறப்படுங்க... இதுக்காக குளிக்கணும், முழுகணும்னே இல்லை. அதெல்லாம் அப்புறம். நெஞ்சக் கனலோட போ. 'அடிப்பாதகத்தி... என்னை இப்படிக் கைவிட்டுட்டியே'ன்னு கதறிக்கிட்டே போ. எப்பவும் ஆத்மாவோட குரல்தான் தெய்வத்துக்கும் கேட்கும். இந்த உடம்போட குரல் அதுக்கு முன்னால ஒண்ணுமே கிடையாது.''

வந்தது பகவதியம்மாள் இல்லை, அந்தப் பெயரில் அந்தக் காளியே வந்து சொன்னது போல்தான் இருந்தது.

அதுவரை அசைவற்றுக் கிடந்த பார்வதியும், ''நானும் உங்ககூட வர்றேன்...'' என்று புறப்பட்டாள்.

13

தெய்வம் என்கிற வார்த்தைக்கு நம்பிக்கை, விதி என்று பல பொருள் உண்டு. நன்றாக இருக்கும்போது தெய்வ நம்பிக்கையோடு இருப்பது பெரிதே இல்லை. நிலைகுலைந்து கிடக்கும்போதும் அதே நம்பிக்கை தொடர வேண்டும். அப்போதுதான் தெய்வமும் தன் சக்தியைக் காட்டும்!

அப்படிப்பட்டவர்களுக்காகவே 'நான் இருக்கிறேன்' என்பவள் தான் காளி. இந்தக் காளியின் கை வாளால்தான் மதுரையில் புகுந்த அன்னிய சக்திகளை அடித்து விரட்டினார் கம்பண்ணா என்பவர்.

ஒரு வில்லின் நாண் அதிகம் இழுக்கப்படும் போதுதான் வில்லும் விசையோடு செல்லும். நம் சொல்லும் செயலும்கூட

அப்படித்தான். அடிக்க ஒரு கை என்றால், அணைக்க ஒரு கை நிச்சயம் உண்டு!

மதுரையில் இருந்து ராமேஸ்வரம் செல்லும் சாலையில் திருபுவனத்தை ஒட்டி வைகை ஆற்றின் கரையில் இருந்தது மடப்புரத்தாள் கோயில். பெரிய கோபுரமோ, மதில் சுவரோ, பிராகாரமோ, கல் மண்டபங்களோ பெரிதாய் இல்லை. எளிய கோயில்!

திறந்த வெளியில் வெண் புரவி ஒன்றின் பாய்ச்சலுக்கு நடுவில் அகண்டு திறந்த விழிகளோடு 'என் பார்வையில் இருந்து எதுவும் தப்பாது' என்பது போல் காட்சி தந்தாள் அந்தக் காளி, வெளியே திரும்பின பக்கமெல்லாம் எலுமிச்சம்பழ மாலைக் கடைகள். எளிய மக்களின் கூட்டம்!

கருணாகரனும், செல்வியும், பார்வதியும் மனதில் தங்களது ஆவேசம் குறையாமல் வந்து அவள்முன் நின்றிருந்தனர்.

பார்வதியின் கண்களில் கண்ணீர் வற்றவேயில்லை. அந்தக் கண்ணீர் விழிகளோடு பார்த்தாள். கருணாகரன் காசு வெட்டிப் போட அருவாளைத் தேடியபோது, "வேண்டாண்ணே..." என்றுதடுத்தாள். அவர் அதிர்ந்தார். செல்வியும்...

"வேண்டாண்ணே... அந்த மனுஷன் புத்தி வந்து திருந்தணும், என் புருஷன் மாதிரி அழிய வேண்டாம். நான் இப்ப ஒரு உண்மையைச் சொல்றேன். ஒரு சமயம் ரோட் ஆக்சிடெண்ட்ல ஒரு குடும்பம் சாகக் கிடந்தப்ப அவங்களைக் காப்பாத்த நானும் அவரும் தவறிட்டோம். கோர்ட், போலீஸ்னு அலைய வேண்டி இருக்கும்னு பயந்து அந்த இடத்தை விட்டு ஓடிவந்துட்டோம். அந்தப் பாவம்தான் காத்திருந்து என் புருஷன் உயிரை வாங்கி என்னையும் துடிக்க வெச்சுகிட்டிருக்கு. வாழ்க்கைல எதைக் கொடுக்கறோமோ, அதுதான்

திரும்பக் கிடைக்கும்னு சொல்வாங்க. அது எவ்வளவு பெரிய உண்மை தெரியுமா?''

பார்வதி நடந்ததைச் சொன்னாளா, இல்லை சத்யவாக்கைச் சொன்னாளா என்று தெரியவில்லை. இரண்டும் ஒன்றாக இருந்தது.

''அம்மா, இதை நீ சொல்லவே இல்லையே...''

''எல்லாத்தையும் எப்படி சொல்ல முடியும்? சொல்றதுக்கும் நேரம் காலம் வரணுமே?''

''அப்ப, நமக்கான நியாயம்?''

''கிடைக்கும்டி! கிடைக்கலேன்னாலும் கவலையில்ல. அது அன்னிக்குச் செய்த தப்புக்குத் தண்டனைன்னு நினைச்சுக்கறேன். பகவதியம்மா சொன்னது உண்மைடி. காரணமில்லாம எதுவுமே இல்லை. இருக்கவும் முடியாது. சில காரணங்கள் பளிச்னு தெரியற மாதிரி இருக்கு. சிலது தெரியல. அவ்வளவுதான். காரணம் தெரியாம இருக்கறதுதான் சரி. தெரிஞ்சா நாம சமாதான மாயிடுவோம். மனவேதனையில இருந்தும் தப்பிடுவோம். அன்னிக்கு ஒரு குடும்பமே வேன் எரிஞ்சு கருகிட்டு இருந்தப்ப, அந்த நெருப்புக்கு நாங்க பயந்தோம். எங்க மேல பழி வந்துடுமோன்னும் நினைச்சோம். அது எவ்வளவு பெரிய தப்பு தெரியுமா? அன்னிக்கு அந்தக் குடும்பம், இன்னிக்கு நம்ம குடும்பம். இவ கோர்ட் எப்பவுமே சரியான தீர்ப்புதான் சொல்லும். எனக்கு அதுல எந்த சந்தேகமும் இல்லை. இப்ப நான் தெளிஞ்ச மனசோட இவளை கும்புடப் போறேன். நீயும் கும்பிடுடி. இவ இனி நமக்கு நல்ல வழியைத்தான் காட்டுவா. ஏன்னா... நான்தான் திருந்திட்டேனே!''

பார்வதி தெளிவாகப் பேசி கையெடுத்துக் கும்பிட்டாள். பிரசாத எலுமிச்சம்பழத்தை சேலைத் தலைப்பில் முடிந்து கொண்டாள். புறப்பட்டு விட்டாள்.

வீடு திரும்பி, பூட்டிய கதவைத் திறந்துகொண்டு உள்ளே நுழைந்தபோது செல்வியின் கைபேசியில் ஒலிப்பு. காதில் போலீஸ் ஸ்டேஷன் ரைட்டரின் குரல்.

"செல்விங்களா?"

"ஆமாங்க..."

"நான் ரைட்டர் வேணுகோபால் பேசறேம்மா..."

"சொல்லுங்க சார்..."

"அம்மா, கொஞ்சம் ஸ்டேஷனுக்கு வர்றீங்களா?"

"என்ன விஷயம் சார்... அதான் எல்லாரையும் நல்லவங்களாக்கி எங்களை பாவியாக்கிட்டீங்களே... இன்னும் என்ன?"

"நீ கோபத்துல பேசறே. பரவால்ல, பேசிட்டுப் போ. இங்க நாங்களும் அப்படி இப்படித்தானே இருக்கோம்? நான் இப்ப கூப்ட்டது ஒரு நல்ல விஷயத்தைச் சொல்ல..."

"நல்ல விஷயமா? உங்ககிட்ட இருந்தா?"

"உங்க 30 லட்ச ரூபா பணம் கிடைச்சிடிச்சு. உங்க ஹவுஸ் ஓனர் ராஜரத்னம்தான் பணத்தை வாங்கிட்டு இல்லைன்னு சொல்லியிருக்கார். அவரோட மனைவி பணத்தோட வந்து தன் புருஷன் மேலேயே கம்ப்ளைண்டும் கொடுத்துட்டாங்க. இந்தக் காலத்துல இப்படியும் ஒரு பொம்பள. கேட்டா, என் பையன், அவனுக்குப் பிறக்கப்போற வாரிசுகள் நல்லா இருக்க வேண்டாமான்னு கேக்கறாங்க. அந்தம்மா பேசின பேச்சும், அது சொன்ன விதமும் என்னை உலுக்கிடிச் சும்மா. கூடவே அவர் மகனும் வந்து அழுதுகிட்டிருக் காங்க. கொஞ்சம் வர்றீங்களா?"

ரைட்டர் பேசி முடித்தார்.

காளி இப்படிக் கூட வா தீர்ப்பெழுதுவாள்? செல்வி ஸ்தம்பித்தாள்!

- நிறைவு -

நீல சரஸ்வதி....

01

நீல சரஸ்வதி...

தசமகா சக்திகளில் முதல் சக்தி அம்சம் காளி என்றால் இரண்டாம் அம்சம் இவளே. இவளுக்கு 'தாரா' என்கிற பெயரும் உண்டு.

கல்வி மற்றும் கலைகளுக்கான சக்தி இவளிடமிருந்தே தொடங்குகிறது. நம் உடம்பில் நாக்குதான் இவளுக்கான இடம். நாக்கு உண்ண, பேச என்று இருவிதமாகப் பயன் படுகிறது. உண்பதில் ருசியை உணர்வது நாக்கே. அதேபோல் பேசுவதிலும் சாந்தம், ரௌத்ரம் என்கிற இரண்டோடும் தொடர்புடையதும் நாக்கே!

பத்து சக்திகளில் இவளின் சக்தியே உயிர்களுக்கு பிரதானம். ஒரு பிச்சைக்காரன்கூட சகலத்தையும் இழந்திருந் தாலும், நாவால் ருசியை உணரும் சக்தியை இழக்காமலே இருப்பான்.

நல்ல உணவு, நல்ல பேச்சு. இந்த இரண்டும்தான் ஒருவருக்கான உடல் மற்றும் உள்ள ஆரோக்கியத்தைத் தீர்மானிக்கிறது. அந்த வகையில் ஒருவர் சிறந்து விளங்கிட இவளின் அருள் மிகமிகமிக முக்கியம்!

காலை நேரம்... 9 மணி.

கண்ணாடி முன் நின்று தலைசீவிக் கொண்டிருந்தான் ராஜேந்திரன் பவுடர் டப்பியைத் தேடி எடுத்து அதை உள்ளங் கையில் நிரப்பி முகத்தின் எண்ணெய்ப் பசை யை விலக்கும்போது எட்டிப் பார்த்தாள், அவன் மனைவி சுசி என்கிற சுசீலா. பார்த்தவள் பார்த்தபடியே இருந்தாள்.

"என்ன சுசி, எதுவும் பேசாம பாத்துக்கிட்டே நிக்கறே?"

''நீங்க பவுடர் போட்டுக்கற அழகைப் பார்த்தேன். அநேகமா இந்தப் பவுடரை இந்த ஊர்லயே நீங்க மட்டும்தான் யூஸ் பண்றதா நினைக்கறேன்...''

''அப்படியா? சரி, அதுக்கென்ன இப்போ?''

''இப்பல்லாம் யாரும் பவுடரே போடறதில்ல. தலையக்கூட சீவிக்காம கலைச்சு விட்டுக்கிட்டு, தொட்டில முளைப்பாரி வளர்க்கற மாதிரி நெட்டுக்குத்தா முடி வளர்த்துக்கறதுதான் ஃபேஷன்...''

''அப்ப நானும் அப்படி இருக்கணும்கிறியா?''

''அப்படி ஒண்ணும் மாற வேண்டாம். அதுக்காக இப்படியும் இருக்க வேண்டாம்.''

''வேற எப்படி இருக்கணும்கறே?''

''டெய்லி டி.வி-ல வர்றீங்க. உங்களுக்கு மேக்கப் போட்றவங்க எதுவும் சொல்ல மாட்டாங்களா?''

''நான் ஹெவியால்லாம் மேக்அப் பண்ணிக்கிட்டதே இல்லை. இயற்கையா என் முகம் எப்படி இருக்கோ அப்படி இருந்தாப் போதும் சுசி.''

பேச்சோடு பேச்சாக உடைளையும் மாற்றிக் கொண்டான். சிங்கபுரம் ஜமீனின் கடைசி வாரிசு. சொத்து களுக்குப் பஞ்சம் இல்லை. இருந்தும் எதையாவது சாதிக்கவேண்டும் என்கிற விருப்பத்தில் ஒரு தொலைக் காட்சியில் ஆங்கர் எனும் நிகழ்ச்சி நடத்துனராக இருக்கிறான்.

''சுசி இவன் காதலித்து மணந்துகொண்ட ஒரு நடுத்தட்டு குடும்பத்துப் பெண். திருமணமாகி இரண்டு வருடங்களாகிறது. சுசி இப்போது ஐந்து மாத கர்ப்பிணி.

இன்று டாக்டரிடம் செக்அப்புக்கும் சென்றாக வேண்டும். ராஜேந்திரன் கார் சாவியை எடுத்துக்கொண்டு போர்டிகோ நோக்கிப் புறப்படவும், ''என்னங்க...'' என்று அவனைத் தடுத்தாள். அவனும் திரும்பிப் பார்த்தான்.

''இன்னிக்கு டாக்டர்கிட்ட போகணும்ங்க. நேத்து எடுத்த ஸ்கேன் டெஸ்ட் ரிசல்ட்டை இன்னிக்குச் சொல்றதா சொன்னாங்க. மறந்துட்டீங்களா?''

ஞாபகப்படுத்தினாள். அவனிடம் ஒரு குட்டித் தேக்கம். பின் மாற்றம்.

''சரி, புறப்படு. உன்னை ஹாஸ்பிடல்ல விட்டுட்டு நான் அப்புறமா சேனலுக்குப் போறேன்...''

''அப்படி எல்லாம் போக முடியாது. டாக்டர் உங்ககூடதான் பேசணும்னு சொன்னார். மறந்துட்டீங்களா?''

''இன்னிக்கு முக்கியமான டிபேட் சுசி. புயலும் மழையும் சென்னையையே விழுங்கப் போறதா ஜோசியக்காரங்க மிரட்டிக்கிட்டு இருக்காங்க. அவங்க ஒரு பக்கம், சமூக சிந்தனையாளர்கள் ஒரு பக்கம். எல்லா ஏற்பாடும் பண்ணியாச்சு. நான் உன்கூட ஆஸ்பத்திரில தேவுடு காத்துகிட்டிருந்தா நல்லா இருக்குமா?''

''என்னங்க பேச்சு இது? இன்னிக்கெல்லாம் கன்சீவ் ஆகறதுங்கறது எவ்வளவு பெரிய விஷயம்? பத்துப் பேருக்கு கல்யாணமானா அதுல நாலு பேருக்குத் தாங்க பிள்ளை உண்டாகுது. அதுல நானும் ஒருத்தி. இதைக்கூட நான் சொல்லல... டாக்டரம்மா சொன்னாங்க. மறந்துட்டீங்களா?''

''அதான் தெருவுக்குத் தெரு ஃபெர்டிலிட்டி ஆஸ்பத்திரியா கண்ல படுதே. அவங்க வேற தனியாச் சொல்லணுமா?''

''அப்ப இது எவ்வளவு பெரிய விஷயம்! இதை விடவா உங்க டிபேட் பெருசு?''

''சரி... குரலை உயர்த்தாதே. புறப்படு. டாக்டரைப் பார்த்துப் பேசிட்டே நான் கிளம்பறேன்...''

இந்திரா செளந்தர்ராஜன்

அவன் சம்மதிக்கவும், அவளும் தயாராகத் தொடங்கினாள். அதற்குள் அவனும் தன் ஆப்பிள் போன் மூலம் தன் உதவியாளரைத் தொடர்பு கொண்டு, தான் வர தாமதம் ஆகும், அதற்குள் வந்திருப்பவர்களைத் தயார்ப்படுத்தி டிபேட் நடக்கும் அரங்கில் அமர வைத்து, காமிராவையும் செட் செய்துவிடச் சொல்லிவிட்டு நிமிர்ந்தான்.

அப்போது வாசலில் ஒரு வாடகைக் காரின் தேக்கம். அதனுள் இருந்து 60 வயது பெரியவர் ஒருவர் இறங்கி உள்வரத் தொடங்கினார்.

அவரைப் பார்க்கவும் ராஜேந்திரனிடம் ஒரு குபீர் பரவசம். அது அவன் சித்தப்பாவான தேவராஜ் சேனாதிபதி.

"சித்தப்பா... வாங்க, வாங்க..." என்று பெரும் உற்சாகமானான் ராஜேந்திரன். அவர் நெருங்கி வரவும் கட்டிக் கொண்டான். அதே வேகத்தில், "சுசி, சித்தப்பா வந்திருக்காரு..." என்று பெரும் குரலெடுத்தான்.

"உக்காருங்க சித்தப்பா... உங்கள நான் இப்ப கொஞ்சம்கூட எதிர்பார்க்கல. உக்காருங்க..." என்று உபசரிக்கத் தொடங்கினான்.

அவர் அவன் வீட்டைத் தன் பார்வையாலேயே ஒரு மாதிரி அளவெடுத்தார். பின் மூக்குக் கண்ணாடியைக் கழற்றி அதைத் தன் ஜிப்பாவின் அடிப்பரப்புப் பாகத்தால் துடைத்துக் கொண்டார். அவரால் பேச முடியாது. பிறப்பிலேயே ஊமையாகப் பிறந்து விட்டவர். அதனால் படிப்பு, திருமணம் என்று எல்லாமே அவர் வரையில் ஒரு கேள்விக்குறியாகி விட்டது.

இன்று வரை ஒண்டிக்கட்டையாகத்தான் வாழ்ந்து வருகிறார். ஜமீன் சொத்துக்கள் கை கொடுப்பதால் சாப்பாடு, துணிமணிக்கோ, மற்றவைகளுக்கோ பிரச்னை

இல்லை. ஆனாலும், தான் ஒரு தனிமரம் என்பதில் அவருக்குள் மிகவே வருத்தங்கள்!

அப்படிப்பட்டவர்தான் இன்று ராஜேந்திரனைப் பார்க்கவும் வந்திருக்கிறார்.

"அப்புறம் சித்தப்பா... ஊர்ல எல்லாரும் சௌக்கியமா? என்ன திடீர்னு இந்தப் பக்கம்...?" ராஜேந்திரன் எதிரில் அமர்ந்த நிலையில் பேசத் தொடங்கினான். உடை மாற்றிக் கொண்ட நிலையில் சுசீலாவும் வந்து நின்றாள்.

அவரைப் பார்த்துப் புன்னகைத்தாள். அப்படியே அவர் காலில் விழுந்து வணங்கவும் முனைந்தாள். அவரும் ஆசீர்வதித்தவராக அவள் வயிற்றை உற்றுப் பார்த்து, "என்ன... குழந்தை பிறக்கப் போகுதா? என்று கைகளைத் தூளிபோல் ஆட்டிக் கேட்டார். சுசியும் ஆமோதிப்பாய்த் தலையை அசைத்தாள். உடனேயே ஆசீர்வதிப்பதுபோல கையை உயர்த்தியவர், தன் சட்டைப் பாக்கெட்டில் இருந்து ஒரு பொட்டலத்தை எடுத்தார். அதில் குங்குமம் இருந்தது. அதை எழுந்து சென்று அவள் நெற்றியில் இட்டதோடு, அவள் கையில் ஒரு சிட்டிகை தந்து வயிற்றில் பூசிக் கொள்ளச் சொன்னார்.

"என்ன சித்தப்பா இது? ஏதாவது பிரசாதமா...?"

அவர் தலை 'ஆம்' என்று ஆடியது.

"அதுசரி... சுசி உண்டாகியிருக்கறது உங்களுக்கு எப்படித் தெரியும்?" அவன் கேட்க, அவர் உடனே தன் சட்டைப் பாக்கெட்டில் இருந்து ஒரு பேடையும் பேனாவையும் எடுத்து, அதில், "நேற்று கனவு வந்தது. அதில் சுசீலா வாந்தி எடுத்தாள். அதை வைத்துத் தெரிந்துகொண்டேன்..." என்று எழுதிக் காட்டினார்.

"என்ன சித்தப்பா, இது புதுக்கதையா இருக்கு? இப்படி எல்லாம்கூட நடக்குமா?" இது ராஜேந்திரனின்

அடுத்த கேள்வி. அவரோ அவனை உற்றுப் பார்த்தார். பின் திரும்பவும் பேடில் எழுதத் தொடங்கினார்.

"ஜாக்ரதை. குழந்தை வரையில் கவனமாக இரு. நம் பரம்பரை சாபம் என்னோடு முடியட்டும். உன் தலைமுறையாவது தப்பிப் பிழைக்கட்டும்…" என்று எழுதி முடித்து, காட்டினார்.

சுசீலாவுக்கு முள் தைத்தது போல் இருந்தது.

'அது என்ன சாபம்? இது என்ன புதுப் பிரச்னை?' என்கிற கேள்விகள் விழிகளில் தெரிந்தது.

"சாபமாவது, பாவமாவது… அதெல்லாம் ஒண்ணுமில்ல சித்தப்பா. நீங்க பயப்படாதீங்க. அப்புறம் நான் இப்ப சேனலுக்குப் புறப்பட்டுப் போய்க்கிட்டிருக்கேன். வழில சுசியை டாக்டர் கிட்டயும் காட்டணும். ரொம்ப டைட்டான சிச்சுவேஷன். நீங்க ஓய்வெடுங்க. சுசி கொஞ்ச நேரத்துல திரும்பி வந்துடுவா. வீட்ல இப்ப அழகம்மை இருக்கா. அவ உங்களுக்கு டிபன், காபி யெல்லாம் தருவா. சாப்ட்டுட்டு அப்படியே டிவி பார்த்துக்கிட்டு இருங்க. நான் சாயந்தரம் ட்யூட்டி முடிச்சு வந்து உங்ககூடப் பேசறேன்…" என்றவன், "அழகம்மா…" என்றான் உரத்த குரலில்.

சமையல்கட்டில் இருந்து 60 வயதில் மாநிறத்தில், வெள்ளை முடித் தலையோடு லட்சணமாய் ஒரு பெண்மணி வெளிப்பட்டு அவமுன் வந்தாள்.

"இவர் என் சித்தப்பா. கவனமா பாத்துக்குங்க. நாங்க அவசரமா டாக்டர்கிட்டப் போறோம். கொஞ்ச நேரத்துல சுசீலா வந்துடுவா. அதுக்குள்ள சித்தப்பாவுக்கு டிபன், காபியை ரெடி பண்றதோட, பாத்ரூம்ல ஹீட்டர் போட்டு குளிக்கவும் ஏற்பாடு செய்துடுங்க. பை த பை, சித்தப்பா வாய் பேசமுடியாத ஒரு ஊமை. ஏதாவது சொல்லணும்னா எழுதித்தான் காட்டுவார். அதுக்குத்

தகுந்த மாதிரி நடந்துக்குங்க'' என்று கூறிவிட்டு சுசீலாவுடன் புறப்பட்டான்.

அவன் காருக்குள் ஏறி அமர்ந்த சுசீலாவும் முதல் காரியமாக, ''அது என்னங்க சாபம்?'' என்றுதான் ஆரம்பித்தாள்.

02

நீம் உடம்புல நாவுக்கான சக்தியைத் தன் அம்சமாகக் கொண்ட தாராவாகிய நீல சரஸ்வதி சற்றுக் குரூரமானவளும் கூட. இவள் ஆடை வெண்ணிறத்தில் இருந்தாலும் உடல் நீலம் பாரித்து, ஒரு அரவம் தீண்டிய உடல்-போல்தான் இருக்கும். ஊஞ்சல் ஆடுவதில் இவளுக்கு மிகவும் பிரியம் அதிகம். கழுத்தில் தாமரை மாலைக்கு இணையாகக் கபால மாலை தரித்து, சிவந்த விழிகளோடும், விரிந்த கூந்தலோடும் காட்சிதரும் இவளை அமாவாசையில் வழிபடுவதுதான் விசேஷம்!

சக்தியின் ஒட்டுமொத்தத் தொகுப்பான பார்வதி தேவியின் முகத்தின் தொகுப்பாக உருவான இவளை, தாந்திரீகத்தால் தன்வயப்படுத்துவோருக்கு இவள் சகல ஞானங்களையும் தருவாள்.

இவளை உபாசிப்பவருக்கு வாக்குப் பலிதம் என்பது பிரதானமானதாக இருக்கும். இவளது அருள் பெற்ற உபாசகன் எதைச் சொன்னாலும் அது அப்படியே நடக்கும்.

காரை ஸ்டார்ட் செய்த ராஜேந்திரனும், சுசீலா கேட்ட கேள்வி நிமித்தம் அவளை ஒரு மாதிரிப் பார்த்தான்.

''என்னங்க, பதில் சொல்லாம பார்க்கறீங்க?''

''அதெல்லாம் ஒண்ணுமில்ல சுசி. எல்லாம் உளறல். நீ வேற பேச்சு பேசு...''

''உளறலா? கனவு கண்டதாகவும் அதுல நான் வாந்தி எடுத்ததை வெச்சு நான் உண்டாகியிருப்பதைத் தெரிஞ்சுக் கிட்டதாகவும் சொன்னாரே... அது?''

''அது ரொம்பத் தற்செயல். ஆமா, இப்ப எதுக்கு இந்தத் தேவையில்லாத கேள்வி நமக்கு?''

''எனக்கு அப்படித் தெரியல. நமக்குக் கல்யாணம் ஆனதுல இருந்து உங்க வீட்டுப் பக்கமிருந்து ஒருத்தர் கூட எட்டிப் பார்க்கல. இப்பத்தான் இவர் வந்திருக்காரு. வந்தவரும் சாபம், அது இதுங்கறாரு... நான் இதை எப்படி சாதாரணமா எடுத்துக்க முடியும்?''

''சரி, என்ன செய்யணும்ங்கறே?'' ராஜேந்திரன் டிரைவ் செய்தபடியே கேட்டான்.

''என் கேள்விக்குப் பதில் சொல்லுங்க...''

''சத்தியமா எனக்கு எதுவும் தெரியாது. தெரிஞ்சிக் கவும் நான் விரும்பல. இதை இப்படியே விட்று. முதல்ல டாக்டரைப் பார்ப்போம். எனக்கு இப்ப என் குழந்தை உன் வயித்துல நல்லபடியா இருக்குதாங்கறதுதான் முக்கியம்...''

''அப்ப, அதுல உங்களுக்குச் சந்தேகமெல்லாமும் இருக்கா? ''ஐயோ, என்ன நீ... நான் சாதாரணமா சொன்னாலும் அதை நெகடிவா எடுத்துக்கிட்டு கேள்வி கேக்கறே...?''

அவன் சலித்துக்கொள்ள, இடையில் அவன் போன், காரின் ப்ளூடூத் வழியாக அவனை, அவன் உதவியாளர் மூர்த்தி மூலமாக அழைத்தது.

''ஹலோ சார்...''

''சொல்லு மூர்த்தி...''

''சார், எல்லாரும் வந்துட்டாங்க. செட் தயார்...''

''ஒருத்தர் கூடவா லேட்டா வரலை?''

''ஆமாம் சார். எல்லாரும் டாண்ணு வந்து சீட்லயும் உக்காந்துட்டாங்க. நீங்க வந்தா டேக் ஆஃப்தான்...''

''சரி, நான் வர எப்படியும் ஒரு முக்கால் மணி நேரமாகும். அதுவரை அவங்ககிட்ட ஒத்திகைங்கற பேர்ல சமாளி. நான் வந்துடறேன்...'' என்றவன், சற்று எரிச்சலுடன் சுசீலாவைப் பார்த்தான்.

''அப்படி எல்லாம் பார்க்காதீங்க. உங்க டிபேட்டை விட எனக்கு நம்ம குழந்தை முக்கியம்...'' என்றாள் அவளும் சளைக்காமல்.

அதற்குள் ஹாஸ்பிடல் வந்துவிடவும், தற்காலிக அமைதிக்கு இருவரும் வந்தனர்.

டாக்டர் சந்திரிகா முன்னால் இருவரும் அமர்ந்திருந்த நிலையில், ஸ்கேன் ரிப்போர்ட்டைப் பார்த்து முடித்திருந்த டாக்டரும் சற்று பெருமூச்சுடன்தான் இருவரையும் பார்த்தார்.

''டாக்டர்....''

''வெரி ஸாரிம்மா. ரிப்போர்ட் உனக்கு ஃபேவரா இல்ல...''

''அப்படின்னா...?''

''குழந்தையோட் ஃபார்மேஷன் கொஞ்சம் கிரிட்டிக்கலா இருக்கு. பர்ட்டிகுலரா கழுத்துப் பாகம் அதுக்குண்டான ஸ்ட்ரெச்சரோட இல்லை. வெயிட்டும் இப்ப எவ்வளவு இருக்கணுமோ அவ்வளவு இல்லை!''

''அப்ப என்ன பண்ணலாம் டாக்டர்? நான் ரிச்சா ஃபுட் எடுத்துக்கணுமா? டானிக்லாம் சாப்பிடணுமா?''

''நோ... நோ... உன்னோட எல்லா ஃபீடும் நார்மலாத்தான் இருக்கு. வி சஸ்பெக்ட், இந்தக் குழந்தை ஒரு ஸ்பெஷல் சைல்ட்.''

''ஐயோ... ஸ்பெஷல் சைல்டா?''

''ஆமாம்! இதை...'' டாக்டரிடம் சற்றுத் தயக்கம்.

"இதை...?"

"இப்பவே அழிச்சூடறது ரொம்ப நல்லது."

"டாக்டர்...."

"டோண்ட் பீ எ ஃபேனிக். வேற வழி கிடையாது. நீ இதுக்காக மெடிக்கல் சயின்சுக்கு நன்றி சொல்லணும்..."

"அழிக்கறதுக்கு நன்றியா...?"

"தப்பு. இந்தக் குழந்தை பிறந்து, வாழ முடியாம கஷ்டப் படறதுக்கு, இதை பிறக்கறதுக்கு முன்னாலேயே அழிச்சூடறது நல்லதில்லையா?"

"ஒரு கொலைக்கு இப்படி ஒரு ஜஸ்டிஃபிகேஷனா?"

"அபார்ட் பண்றதுதான் உனக்கும் சரி, குழந்தைக்கும் சரி, நல்லது. நீங்க மறுத்தா இந்தக் குழந்தை தானாகவே அபார்ட் ஆகறதுக்கும் நிறைய சான்சஸ் இருக்கு. நல்லா யோசிச்சு நல்ல முடிவை எடுங்க..."

டாக்டர் முடித்துக் கொள்ள, இருவரும் சோகமாய் வெளியே வந்தனர். சுசீலாவின் கண்களில் திரண்ட கண்ணீர், காரில் ஏறி அமரவும் அது கன்னத்தில் உருளத் தொடங்கியது. ராஜேந்திரனிடமும் இறுக்கமான மௌனம். திரும்பவும் உதவியாளர் மூர்த்தியிடம் இருந்து அழைப்பு.

"சார்... வந்துகிட்டிருக்கீங்களா?"

"ஆ... ஆமாம் மூர்த்தி. ஒரு பத்து நிமிஷத்துல அங்க இருப்பேன்..." என்ற ராஜேந்திரன், அதே வேகத்தில் திரும்பி, "சுசி, இப்ப நீயும் என்கூட வா. அந்த டிபேட்டை ஒரு ஓரமா உக்காந்து பார். இப்ப உனக்குத் தேவை ஒரு ரிலாக்ஸ் மூட்" என்றான்.

அவளிடமும் மறுப்பில்லை.

டிபேட் தொடங்கியது.

இந்தப் பக்கம் பிரபல ஜோதிடர்கள் நான்கு பேர். அந்தப் பக்கம் சமுதாய சிந்தனையாளர்கள் மற்றும்

ஜோதிடத்தை மறுக்கும் நான்கு பேர். நடுவில் வெள்ளை கோட் அணிந்து கம்பீரமாக ராஜேந்திரன். காதோரம் கான்டாக்ட் மைக் மற்றும் ஏர்போன். சுசீலா கவலை தோய்ந்த முகத்தோடு பார்வையாளர்கள் பகுதிக்கு அப்பால் காமிராவின் கண்கள் படாத இடத்தில் அமர்த்தப் பட்டிருந்தாள்.

ராஜேந்திரன் நிகழ்வை தொலைக்காட்சிகளுக்கே உரிய பாணியில் தொடங்கினான்.

"அனைவருக்கும் வணக்கம்... நான் உங்கள் அபிமான ராஜேந்திரன். இந்த நிகழ்வும் உங்களுக்கான அபிமான நிகழ்வு. ஒருபுறம் 'நம் வாழ்க்கை என்பது விதியின் கைகளில்' என்று கூறும் ஜோதிடர்கள். மறுபுறமோ 'இல்லையில்லை, எல்லாம் நம் மதியின் கைகளில்தான்' என்று கூறிடும் சிந்தனையாளர்கள். இவர்களில் எவர் கருத்து இன்று வெல்லப் போகிறது? நம் வாழ்வு விதியின் கைகளிலா? இல்லை, மதியின் கைகளிலா? பார்த்து விடுவோமா?" என்று தன் வசீகரமான குரலால் கேட்டவன், ஜோதிடர் ஒருவர் பக்கம் திரும்பி, "விதியின் கைகளில்தான் என்கிறார் பிரபல ஜோதிடர் திவாகரன்" என்று அவரை முதலில் அழைத்தான். அவரும் தொடங்கினார்.

"நேயர்களுக்கு வணக்கம். நான் வளவளன்னுல்லாம் பேச விரும்பல. வெட்டு ஒண்ணு, துண்டு ரெண்டுன்னு பேசறவன் நான். என் வாழ்க்கை மட்டுமில்லை, உங்க வாழ்க்கை, அப்புறம் ஈ எறும்புல இருந்து சிங்கம் புலி வரைக்கும் எல்லா உயிரினங்களோட வாழ்க்கையும் விதிப்படிதான் நடக்குது. அவ்வளவு ஏன்... ஒரு நாளைக்கு 24 மணி நேரம், ஒரு மணிக்கு 60 நிமிஷம், ஒரு நிமிஷத்துக்கு 60 நெடிகள், ஒரு வருஷத்துக்கு 365 நாட்கள்ன்னு எல்லாமேகூட மாற்ற முடியாத துல்லியமான விதிதான்!

நம்ப கவர்மெண்ட்கூட அஞ்சு வருஷத்துக்கொரு முறை மாறணும்ங்கறதுகூட விதிதான். அவ்வளவு ஏன்... நம்ப உடம்புல கை, கால் நகங்கள்ன்னு எல்லாமே இப்படித்தான் இருக்கணும்ங்கறது கூட ஒரு விதிப்படி தான். மதியால இதை எல்லாம் தெரிஞ்சிக்க மட்டும்தான் முடியும். மற்றபடி அதால விதிக்கு எதிரா எதையும் செய்ய முடியாது. விதிக்குக் கட்டுப்பட்டு நடக்கறதுக்கும், அதைப் புரிஞ்சிக்கவும்தான் மதி இருக்கு. விதியை ஜெயிச்ச ஒரு மதியை நான் என்வரையில் பார்த்ததே யில்ல.

இப்போதைக்கு என் கருத்து இவ்வளவுதான். மற்றவங்க பேசட்டும். அதுக்குத் தகுந்த மாதிரி நான் அடுத்த ரவுண்டுல பதில் சொல்றேன். வணக்கம்..."

ஜோதிட ரத்னா திவாகரன் முடித்துக் கொண்டார். அடுத்து சிந்தனையாளர் மதிவாணன் பேச ஆரம்பித்தார்.

"வணக்கம் சொல்லி நான் நேரத்தை வீணடிக்க விரும்பல. நேரா விஷயத்துக்கு வந்துடறேன். விதியை புரிஞ்சிக்கத்தான் மதி இருக்கு. மத்தபடி மதியால எதையும் மாத்த முடியாதுன்னு எனக்கு முன்னால பேசின ஜோசியர் சொன்னார். .

அவர் சொன்னபடி ஒவ்வொரு விஞ்ஞானியும் நம்பியிருந்தா ஒரு கண்டுபிடிப்பைக்கூட கண்டுபிடிச் சிருக்க முடியாது. எங்கேயோ இருக்கு நிலா. சிறகுள்ள பறவையாலகூட ஓரளவு தான் உயரப் பறக்க முடியும். ஆக, அந்த நிலாவை நாம பார்க்கத் தான் முடியும்... நெருங்க முடியாதுன்னுதான் போன நூற்றாண்டு வரை நினைச்சுக்கிட்டிருந்தாங்க. ஆனா, புத்திதான் பெருசுன்னு நினைச்ச விஞ்ஞானிகள் அங்க போக ராக்கெட்டைக் கண்டுபிடிச்சு, போய்ட்டும் வந்துட்டாங்க. அடுத்து செவ்வாய்க் கிரகத்துல குடியேறவே போறோம். எல்லாம் எதனால? மதிங்கற புத்தியால!

இப்ப இந்த விவாத மேடை நடக்கறதேகூட விஞ்ஞான மதியாலதான். இதை உலகம் பூரா பாக்கக் காரணமும் விஞ்ஞான மதிதான். விஞ்ஞானத்தைப் பயன்படுத்திக்கிட்டே அது பெருசு இல்ல... விதிதான் பெருசுன்னு எதை வெச்சு சொல்றாங்களோ தெரியல!''

மதிவாணன் தன் கருத்தை முடித்துக் கொள்ள, அடுத்து ஜோதிடர் ராமண்ணா ஆரம்பித்தார்.

விஞ்ஞானம் ஆயிரம் விஷயங்களைக் கண்டு பிடிக்கலாம். ஆனா, அதால ஒரு மனுஷனை சாகாம எப்பவும் உயிரோட வெச்சிருக்க முடியுமா? அவ்வளவு ஏன்... புதுசா ஒரு தானியம், இல்ல... புதுசா ஒரு உயிரினத்தை அதால கண்டுபிடிக்க முடியுமா?

'நெருநல் உளனொருவன் இன்றில்லை என்னும் பெருமை உடைத்து இவ்வுலகு'ன்னு திருவள்ளுவர் சொல்றார். பிறந்த ஒருவர் ஒருநாள் இறந்தே தீரணும்ங் கறதுதான் விதி. இந்த விதியை எந்த மதி இதுவரைல ஜெயிச்சுக் காட்டியிருக்கு?

அவ்வளவு ஏன்... குழந்தையாப் பிறக்கற நாம கிழவனா மாறித்தான் இறக்கறோம். அப்படி மாறாம, அதாவது வயசே ஆகாம ஒரு குறிப்பிட்ட வயசுல ஒருத்தர் அப்படி இருந்துட முடியுமா? அதாவது எப்பவும் இளமையோட இருக்க உங்க மதியால எதாவது செய்ய முடியுமா? வேணும்னா மேக்கப் போட்டு ஏமாத்தலாம்... ஆனா, நிஜமா வயசாகறத தடுக்க முடியுமா?

அவ்வளவு ஏன்... அடுத்து என்ன நடக்கும்னு யாராலயாவது கண்டுபிடிச்சு சொல்ல முடியுமா? எது வேணா எப்ப வேணா நடக்கலாம்ங்கறதுதானே விதி? இதை மதியால மாற்ற முடியுமா?

விதிதான் பெருசுங்கறதுக்கு நான் இப்ப சொல்லி யிருக்கற உதாரணங்களே போதும்னு நினைக்கறேன்.

அவசியம் ஏற்பட்டா இன்னமும்கூட என் கட்சி சார்பா நான் உதாரணங்களைச் சொல்வேன். நன்றி...

ஜோதிடர் ராமண்ணா முடிக்கவும் ராஜேந்திரன் இடையிட்டான்.

''நம்முடைய விவாத மேடை சூடுபிடித்து விட்டது. இருதரப்பிலும் வலிமையான வாதங்களை முன்வைத்துள்ளனர். உண்மையில் எது வலிமையானது? விதியா? மதியா? ஒரு சிறிய இடைவேளைக்குப் பிறகு சந்திப்போம்...'' என்று விளம்பரப் படங்களுக்கான இடைவேளையை அறிவித்தவன், மெல்ல விலகி சுசீலாவிடம் வந்தான்.

அவள் அவனை சோகமாகப் பார்த்தாள்.

''என்னம்மா... நீ இன்னும் டாக்டர் சொன்தையே நினைச்சுக்கிட்டு இருக்கியா?''

''அதை எப்படிங்க நினைக்காம இருக்க முடியும்? ஆமா, நீங்க எப்படி அதை மறந்து நிகழ்ச்சியில மூழ்கினீங்க?''

''மறக்கணும்! மறந்தாதான் வாழ முடியும். இப்ப என்ன... இந்தச் குழந்தை போனா இன்னொரு குழந்தை. நமக்கு என்ன வயசு ஆயிடிச்சு?''

அவன் பதிலில் குழந்தையை அபார்ட் செய்ய அவன் தயாராகி விட்டது நன்கு தெரிந்தது. அவள் அந்த பதிலால் அதிர்ந்தாள். நெற்றியில் வரிகள் விழ, அவனை வெறித்தாள்.

''என்ன... என் பதில் அதிர்ச்சியைத் தருதா?''

''பின்ன... எனக்கு உடம்பே நடுங்குதுங்க...''

''பைத்தியம்... பிராக்டிகலா யோசி. இன்னிக்கு எவ்வளவு பேர் ஸ்பெஷல் கிட்ஸால கஷ்டப்பட்டுக் கிட்டிருக்காங்க தெரியுமா?''

''அதுக்காக, கொலையா செய்வாங்க?''

"நீ எங்க செய்யற? டாக்டர்தானே செய்யப் போறாங்க?"

"நாம அனுமதிக்காம அவங்களால செய்ய முடியுமா?"

"அப்ப வேண்டாம்னு சொல்றியா?"

"ஆமா. என் குழந்தை எப்படிப் பிறந்தாலும் சரி... நான் அதைச் சுமப்பேன்!"

"பைத்தியம்... புத்தின்னு ஒண்ணு எதுக்கு இருக்கு? முள்ளுன்னு தெரிஞ்சு யாராவது வெறும் காலோட நடப்பாங்களா?"

ராஜேந்திரன் சற்றுக் காட்டமான குரலில் கேட்டிட, உதவியாளர் மூர்த்தி நெருங்கி வந்து, "சார்... ஷாட் ரெடி" என்றான்.

"வரேன், வந்து பேசறேன். இந்த நிகழ்ச்சியையும் நல்லாப் பார். கடைசில மதிதான் ஜெயிக்கப் போகுது. அதைப் பார்த்தாவது உன் மனசை மாத்திக்கோ...." என்றபடி விலகிச் சென்றான்.

03

சா(3)க்த வழிமுறையில் தசமகா சக்தி வழிபாட்டில் நீல சரஸ்வதி வழிபாடு மிகக் கடினமானது. இந்த வழிபாட்டின் மூலம் வரம் பெற்றுவிடும் ஒருவனால் அதன்பின் இந்த உலகையே தன் காலடிக்குக் கீழே கொண்டு வந்துவிட முடியும். அத்தனை அறிவாற்றலும் துணிச்சலும் அவனுக்குள் உருவாகி விடும். நீல சரஸ்வதிக்கான உபாசனை அத்தனை சக்தி மிக்கது, அவளுக்கான மூல மந்திரம் அணுக்கதிர் போல் அலை அமைப்பு உடையது. அது மனதால் உச்சரிக்கப்படும் போது ரத்த நாளங்களுக்குள் ஒரு அதிர்வாய் மின் காந்தம் போலப் பரவுகிறது. இதனால் உடம்பின் சகல சுரப்பிகளும் புத்துயிர் பெற்று சுரப்பை அளிக்கின்றன.

இதுவும் ஒருவகை விஞ்ஞானம். இந்தத் தூண்டல் மூளைக்குப் பரவிடும்போது அங்கு பல விழிப்புகள் உண்டாகின்றன. எதையும் விரைந்து புரிந்துகொள்ளும் ஆற்றல், அபார ஞாபகத்திறன், புறத்தில் உள்ளவற்றின் காரண காரியம் என்று சகலமும் தெரியவருகிறது.

இதனால் பலம் பெற்ற ஒருவன் உலகையே வசப்படுத்தும் ஆற்றல் உள்ளவனாகி விடுகிறான். இவனால் நல்லதும் நடக்கலாம்... தீயதும் நடக்கலாம்.

எப்படிப் பார்த்தாலும் இப்படி ஒரு மகாசக்தி மிக்க பண்டிதனாக ஒருவன் இருப்பது உலகிற்கு நல்லதல்ல என்றுணர்ந்த ரிஷிகளும் முனிகளும் இந்த உபாசனையை பிரம்ம சரஸ்வதிக்கான சாந்தம் மிக்கதாக மாற்றி, அதை எல்லோரும் பின்பற்றும்படி செய்தனர்.

நிகழ்ச்சி மீண்டும் தொடங்கியது. மையமாக ராஜேந்திரன்.

"வெல்கம் பேக் டு விவாதத்திறன் மேடை. மதியா? விதியா? விவாதம் போட்டி போட்டுக்கொண்டு தொடர்ந்தபடி உள்ளது. இதைப் பார்க்கும் நமக்குள்ளும் இப்போது எது பெரிது என்கிற. கேள்வி நிச்சயம் எழுந்திருக்கும். உண்மையில் எது பெரியது? அது இறுதியில் நமக்குத் தெரியவரக் கூடும். இப்போது மீதம் உள்ளவர்கள் தங்கள் கருத்துகளை அள்ளி வைக்கப் போகின்றனர். அந்த வகையில் விதியே என்று பேச வருகிறார் பிரபல ஆன்மிக ஜோதிட சக்ரவர்த்தி நம்பெருமாள். வாங்க ஜோதிடரே, "வாங்க..."

ராஜேந்திரன் அவரை வரவேற்று அழைத்திட, அவரும் தன் கருத்துகளைச் சொல்ல ஆரம்பித்தார்.

"எல்லோருக்கும் என் வணக்கம். புத்தி இருக்கற தாலதான் நான் ஜோசியம் பார்க்கவே கத்துக்கிட்டேன். இன்னிக்கு நான் பிரபல ஜோசியக்காரனா இருக்கக் காரணம்

என் புத்திக் கூர்மை தான். இதே புத்தியாலதான் என் முன்னோடிகளான சித்தர்கள், ரிஷிகள் அந்தக் காலத்துல வான சாஸ்த்ரம்ங்கற கலையைக் கத்துக்கிட்டாங்க.

இப்ப மாதிரி டெலஸ்கோப், ட்ரோன், விமானம், ராக்கெட்டுன்னு அப்ப எதுவும் கிடையாது. இதெல்லாமும் அதிகபட்சமா ஒரு 150 வருஷத்துக்குள்ள வந்ததுதான். ஆனா, பல ஆயிரம் வருஷத்துக்கு முந்தியே தங்களுடைய ஞான திருஷ்டியால கிரகங்களைக் கண்டறிஞ்சு, அவைகளோட ஓட்டத்தையும் கண்டறிஞ்சு, கிரகணம் எப்ப வரும்? அமாவாசை எப்ப வரும்? பௌர்ணமி எப்ப வரும்? என்னிக்கு என்ன நட்சத்திரம்... அந்த நட்சத்திரம் அப்புறம் கிரகம்... இவைகளோட பாதிப்பு எப்படி இருக்கும்னுல்லாம் உணர்ந்து, பல புத்தகங்களையே எழுதி வெச்சவங்க அவங்க.

அதை எல்லாம் படிச்சுட்டுத்தான் நான் ஜோசியனானேன். படிச்சுத் தெரிஞ்சுக்க புத்தி வேணுமே? அதாவது, புத்திங்கற மதி. அந்த மதிதான் நான் ஜோசியனாகவே காரணம்...''

ஜோதிடச் சக்ரவர்த்தி நம்பெருமாள் தன் பேச்சில் சற்று இடைவெளி விட்டார். ராஜேந்திரன் அந்த இடைவெளிக்குள் புகத் தொடங்கினான்.

''என்னய்யா... விதிக்கு சப்போர்ட்டா பேச வேண்டிய நீங்க மதிக்கு சப்போர்ட்டா பேசிட்டிருக்கீங்க? உங்க கட்சி எதுங்கறது மறந்து போச்சா...?''

ஜோதிடர் நம்பெருமாள் அதைக் கேட்டு ஒரு கெச்சல் சிரிப்பு சிரித்துவிட்டு திரும்ப பேசத் தொடங்கினார்.

''அவசரப்படறீங்களே தம்பி... நான் இன்னும் முழுசாப் பேசி முடிக்கலியே...''

''அப்படிங்களா? ஆனா இதுவரை பேசினது எல்லாமே சூப்பர். அறிவில்லாம எப்படி ஒண்ணை கத்துக்க முடியும்?, சித்தர்கள், முனிவர்கள்கூட

அறிவிருந்ததாலதான் புத்தகங்களை எழுதியிருக்காங்க, இல்லையா? ஐ மீன்... மதி இருந்ததால! ஆம் ஐ கரெக்ட்?"

"ரொம்பச் சரி. மனுஷனுக்குள்ள தனிச் சிறப்பே அவனுடைய ஆறாவது அறிவுதானே? அதுதானே இன்னிக்கு இங்க நடக்கற நிகழ்ச்சிக்கே காரணம். இதை இப்ப பல லட்சம் பேர் பார்த்துக்கிட்டிருக்காங்க. இங்க இருக்கற நாம ஒளி வடிவத்துல அந்த லட்சம் பேர் வீட்லயும் இப்ப இருக்கோம்!"

"ஃபன்டாஸ்டிக், இவ்வளவு தூரம் விஞ்ஞானத்தை மெச்சற நீங்க எதை வெச்சு விதிதான் பெருசுன்னு சொல்லப் போறீங்க?"

"நல்ல கேள்வி தம்பி. மிகச் சிறந்த கேள்வி. இந்த விஞ்ஞானமே விதிக்குக் கட்டுப்பட்டதுதான்ங்கறது உங்களுக்குத் தெரியுமா?"

"அப்படியா? அது எப்படி?"

"இப்ப மின்சாரம் இருக்கு. அதை நாம நேரா தீண்ட முடியுமா?"

"அது எப்படி முடியும்? கருகிடுவோம்ல...?"

"ஏன் அப்படி?

"இது என்ன கேள்வி? அதோட சக்தி அப்படி."

"அதுக்காக அதைப் பயன்படுத்தாம இருக்கோமா?"

"பயன்படுத்தலேன்னா எப்படி இந்த நிகழ்ச்சியை நடத்த முடியும்? ஷாக் அடிக்காம இருக்கற உபகரணங்களக் கொண்டு அதை பயன்படுத்திக்கறோம்."

"அப்படி இல்லேன்னா...?"

"கருகிச் சாக வேண்டியதுதான்."

"அப்ப, நம்ம சக்திக்கு மேலானது அது. அப்படித் தானே?"

"நிச்சயமா."

"தற்காப்பு சாதனங்களால மட்டுமே அதைப் பயன்படுத்த முடியும். நேரா அதை தண்ணியைத் தொடற மாதிரி பயன்படுத்த முடியாது. அப்படித்தானே?"

"நிச்சயமா..."

"சரி, இப்ப சொல்லுங்க... அதோட சக்தி பெருசா? அதைப் பயன்படுத்தற நம்ம சக்தி பெருசா?"

"நம்ம சக்திதான். இதுல என்ன சந்தேகம்?"

"அது எப்படி? அது அப்படி இருக்கப் போய்த்தானே நம்மளால இந்த அளவு நம்ப சக்தியைக் காட்ட முடிஞ்சுது?"

"ஆமாம்..."

"அப்ப முதல்ல அதுதானே பெருசு?"

"ஓ... நீங்க அப்படி வர்றீங்களா...?"

"இன்னும் வரவே இல்லை. நல்லா கேட்டுக்குங்க. நம்ப அறிவு பெருசுதான். சந்தேகமே இல்லை. ஆனா, அந்த அறிவு பிரகாசிக்க ஒரு பேரறிவுதான் காரணம். அந்தப் பேரறிவுதான் இந்தப் பிரபஞ்சமா, வானமா, நட்சத்திரமா, சந்திர சூரியனா எல்லாமா இருக்கு.

இது எல்லாமே ஒரு விதிக்குக் கட்டுப்பட்டுத்தான் இயங்கிக்கிட்டிருக்கு. விதிக்குக் கட்டுப்படாத ஒரு விஷயம்கூட இந்தப் பிரபஞ்சத்துல கிடையாது.

நம்ப உடம்புல இருந்து சுற்றுச்சூழல் வரை எல்லாமே மாறிக்கிட்டே இருக்கு. இந்த மாற்றத்தைத் தடுக்கற ஒரு சக்தியை நாம இதுவரை அடையவே இல்லை. இனியும் அடைய முடியாது.

பகல்ன்னு இருந்தா இரவுன்னும் ஒண்ணு உண்டு.

இளமைன்னு இருந்தா முதுமைன்னும் ஒண்ணு உண்டு.

ஒண்ணு இரண்டா இருந்தாத்தான் அந்த ஒண்ணை நாம புரிஞ்சுக்க முடியும்.

இன்பம்னா துன்பம்.

இனிப்புன்னா கசப்பு.

ஆணுன்னா பெண்.

இரவுன்னா பகல். இப்படி எல்லாமே இரண்டாத்தான் இருக்கு. இது இப்படி இருக்கணும்ங்கற ஒரு தீர்மானம் இருக்கே... அதுக்குப் பேர்தான் விதி. அந்த விதியை யாராலயாவது ஏதாவது செய்ய முடியுமா?''

ஜோதிடர் நம்பெருமாள் கையை அசைத்துக் கேட்கவும், எல்லோரிடமும் ஒரு ஸ்தம்பித்த மௌனம்.

''எங்கேயோ ஆரம்பிச்சு எங்கேயோ வந்துட்டீங்களே... சபாஷ்! ஆனாலும், உங்களுக்கொரு கேள்வி. விதிப்படிதான் எல்லாம் நடக்கும்னு எல்லாரும் சும்மா இருந்தா நாடு வளர்ச்சியடையுமா?''

''அப்படி எல்லாம் சும்மா இருக்க முடியாது தம்பி...''

''எவ்வளவோ பேர் இருக்காங்களே... இந்த மண்ணுக்கு பாரமா...''

''எல்லாரும்னு சொல்லிட்டு அப்புறம் எவ்வளவோ பேர்ன்னு சுருக்கிட்டீங்களே... அங்கேயே நீங்க பின் வாங்கிட்டீங்க. உண்மையில சும்மா இருக்கறதுதான் கஷ்டம். ஒரு நாள் இருக்கலாம், இரண்டு நாள் இருக்கலாம்... தொடர்ந்து இருக்க முடியாது. தூங்கும்போதுகூட புரண்டு படுக்காம யாராலயும் தூங்க முடியாது.''

''சரி... உங்களுக்கு மறுப்பை நம்ப சிந்தனையாளர் கதிரவன் எப்படிச் சொல்றார்ன்னு பார்ப்போம். வாங்க மிஸ்டர் கதிரவன்...''

ராஜேந்திரன் அழைத்திட, கதிரவனும் எழுந்தார். நம்பெருமாளையும் ஏனைய ஜோதிடர்களையும் பார்த்து ஒரு சிரிப்பு கேலியாகச் சிரித்தார். பின் ஆரம்பித்தார்.

"இந்த விதிப்படிதான் எல்லாம் நடக்கும்ங்கறதுபோல ஒரு முட்டாள்தனமான, பொறுப்பற்ற பேச்சு இருக்கவே முடியாது. இங்கதான் விதி, பாவம், புண்ணியம் னுல்லாம் நாம பேசறோம். மேல்நாட்டுல இப்படிப்பட்ட சிந்தனையே யாருக்கும் கிடையாது. எல்லாம் என் தலையெழுத்துன்னு நீங்க அமெரிக்காவுலயோ, லண்டன்லயோ போய்ச் சொல்லிப் பாருங்க... திருதிருன்னு முழிப்பான். தலையெழுத்தா...? அப்டின்னா என்னன்னு கேட்பான். இந்த முட்டாள்தனமான சிந்தனைகள் இல்லாததால தான் அந்த நாடெல்லாம் அவ்வளவு முன்னேறி இருக்கு. தூய்மையாவும் இருக்கு.

இன்னிக்கு இங்க நாம பயன்படுத்தற விஞ்ஞான சக்தி அவ்வளவும் அந்த மேல்நாடுகள் போட்ட பிச்சைங்கறத மறந்துடக் கூடாது.

மின்சாரத்துல இருந்து ரேடியோ, டிவி, தொலை பேசி, கம்ப்யூட்டர், செல்போன், விமானம், ரயில், ராக்கெட்னு எல்லாம் அவன் கண்டுபிடிப்பு. இதை எல்லாம்கூட எடுத்த எடுப்புல கண்டுபிடிச்சிடல. பல தோல்விக்குப் பிறகுதான் கண்டுபிடிச்சான். ஒரு மின்சார பல்பைக் கண்டுபிடிக்க பல நூறு தடவை தோக்க வேண்டி இருந்தது. ஆனா, அதற்கு முயற்சி செய்த விஞ்ஞானி கொஞ்சங்கூட முயற்சியைக் கைவிடலை.

முயற்சி, உழைப்பு, நம்பிக்கை... இந்த மூன்றும் தான் இன்னிக்கு இந்த உலகத்துல பெரும் விஞ்ஞான வளர்ச்சியா மாறி இருக்கு.

விதிப்படிதான் எல்லாம் நடக்கும், அதிர்ஷ்டம் இருந்தாத்தான் எதுவும் கிடைக்கும்னு சொல்றதும், நம்பறதும் முட்டாள்தனம். இப்போதைக்கு இவ்வளவு போதும்னு நினைக்கறேன்..." என்று கதிரவன் தன் கருத்துரையை முடித்துக் கொண்டார்.

அவ்வளவையும் சுசீலா கேட்டுக் கொண்டிருந்தாள். அவளுக்குள் பெரிய குழப்பம். இரு தரப்பும் சம பலத்தோடு இருப்பதாகவே அவள் மனதுக்குப் பட்டது. தனக்கான பிரச்னையையும் நினைத்துப் பார்த்தாள். தன் வயிற்றுக்குள் உள்ள குழந்தையை என்ன செய்வது? விஞ்ஞானம் கொன்றுவிடு என்கிறது. அதுதான் சரி என்கிறது. ஆனால், பாசபந்தம் தடுக்கிறது.

சுசீலா தடுமாற்றமுடன் இருந்த அந்தச் சமயத்தில் படப்பிடிப்புத்தளத்தில் ஒரு பரபரப்பு. அந்த அரங்குக்குள் காவி உடை தரித்து, நெற்றியில் பெரிதாய் குங்குமப் பொட்டும் வைத்திருந்த நிலையில், கட்டுக் குடுமியோடு உபாசகர் சக்திதாசன் பிரவேசித்திருந்தார். ராஜேந்திரனும் அவரை மரியாதையாக வரவேற்று, ஒரு சிம்மாசனம் போன்ற இருக்கையில் அமர வைத்துவிட்டு அரங்கத்தில் இருப்பவர்களைப் பார்த்துப் பேச ஆரம்பித்தான்.

''அன்பர்களே... இப்போது நம் அரங்கத்திற்கு சக்தி உபாசகர் சக்திதாசன் அவர்கள் வந்துள்ளார். உலக சுற்றுப் பயணம் செய்து வந்த நிலையில் இன்றுதான் சென்னைக்கு வந்தார். வந்த உடனேயே நம் அழைப்பை ஏற்று இந்த நிகழ்ச்சியில் பங்குகொள்ள வந்திருக்கிறார். அவரை வருக வருகவென்று வரவேற்கிறேன்.

சக்திதாசனின் உண்மையான பெயர் ராமச்சந்திரன். அது மட்டுமல்ல... இவர் ஒரு விஞ்ஞானியும்கூட. நாசாவில் இவர் பணியாற்றியவர். இவர் காலத்தில் பல ராக்கெட்டுகள் விண்வெளியில் ஏவப்பட்டன. வெற்றிகரமாய் அவை செயல்படவும் செய்தன. இப்போதுகூட இவர் முனைப்பால் ஏவப்பட்ட ஒரு சாட்டிலைட் விண்ணில் இருந்தபடி தன் கடமையைச் செய்தபடி உள்ளது. என் பேச்சு, உங்கள் பேச்சு, இந்தக் காட்சி என்று சகலத்தையும் அதுதான் வாங்கி உலகெங்கும் உள்ள வீடுகளில் இருக்கும் தொலைக்காட்சிப்

பெட்டிக்கு அனுப்பிக் கொண்டுமிருக்கிறது. ஒரு பெரும் விஞ்ஞானியாக நம் இந்திய அரசின் பத்மஸ்ரீ விருதையும் பெற்றவர் ராமச்சந்திரன் என்கிற சக்திதாசன்.

அப்படிப்பட்ட விஞ்ஞானி இப்போது மெய்ஞானி யாகவும் மாறி உள்ளார். அவரது மாற்றம் ஒரு பெரிய ஆச்சரியம். அப்படிப்பட்ட அவரே இந்த விதியா மதியா விவாதத்தின் இறுதித் தீர்ப்பை வழங்க உள்ளார். அவரை மீண்டும் உங்கள் எல்லோர் சார்பாகவும் வருக வருக என்று வரவேற்கிறேன்.'' என்று வரவேற்று முடித்த ராஜேந்திரன், அப்படியே விதியே என்று பேசுவதற்காக மிச்சமிருந்த ஜோதிடர் சண்முகப்ரியனை அழைத்தான்.

சண்முகப்ரியனிடம் ஆரம்பமே அதகளம்!

''என்ன பெரிய விஞ்ஞானம்? என்ன பெரிய அறிவு? புடலங்காய்! மின்சாரத்துல இருந்து கைபேசி வரை கண்டுபிடிச்ச மேல்நாடுதான் டாப், பக்தி, விதின்னு பேசற நாமல்லாம் டூப்புங்கற மாதிரி இங்க சிலர் பேசினாங்க. அவங்க வசதியா சில விஷயங்கள மறந்துட்டாங்க. இன்றைய விஞ்ஞானிகளுக்கெல்லாம் மேலான புத்தி கொண்ட ஆட்கள் நம்ம நாட்டுல தான் வாழ்ந்திருக்காங்க.

தஞ்சாவூர் பிரகதீஸ்வரர் கோவிலைக் கட்டுனது ராஜராஜ சோழனா இருக்கலாம். உண்மைல அவன் பின்னால இருந்து கட்டுனது கல்தச்சர்கள்தான். ஆயிரம் வருஷம் ஓடிப் போச்சு. அந்தக் கோவில்ல ஒரு கீறல்கூடக் கிடையாது. மகாபலிபுரம் மட்டும் என்னவாம்? அணை களை எடுத்துக்கிட்டா கரிகாலன் கட்டுன கல்லணை. டிராக்டர், புல்டோசர், பொக்லைனர்ன்னு ஒரு எந்திரம் கிடையாது. மனித உடல் உழைப்பு மட்டும்தான். இன்னிக்கும் கிண்ணுன்னு இருக்கு.

டெல்லில குதுப்மினார் கிட்ட நூறு மீட்டருக்கு ஒரு இரும்பு உருளை இருந்தது. அதை எந்த ஆலைல எப்படி

இந்திரா சௌந்தர்ராஜன் 123

உருக்கி அவ்வளவு நீளத்துக்கு வார்த்தாங்கங்கறது இன்றுவரை விடை தெரியாத ஆச்சரியம்!

இன்னிக்கு உலக மக்கள் தொகை 750 கோடி. அதுல நம்ப தமிழர்கள் எண்ணிக்கை தோராயமா 12 கோடிதான். இது வெறும் ஒண்ணரை பர்சண்ட். அதாவது, இந்த உலகத்துக்கு முன்னால நாம வெறும் ஒண்ணரை பர்சண்ட் மட்டும்தான். ஆனா இந்த ஒண்ணரை பர்சண்ட் தமிழன்தான் திருக்குறள், ஆத்திச்சூடி, ஐம்பெரும் காப்பியங்கள், அகநானூறு, புறநானூறுன்னு அழியாத இலக்கியங்களைத் தந்தவங்க. வெள்ளைக்காரன் இந்த மாதிரி ஒரு வழிகாட்டி நூலை எழுதினது கிடையாது. அதுக்கு அவனுக்கு அறிவும் கிடையாது.

அவனோட காலமெல்லாம் ஒரு ஆயிரம் வருஷங்கள்தான். நாம அப்படி இல்லை. நம்ப முன்னோர்கள் பல ஆயிரம் வருஷ பாரம்பரியம் கொண்டவங்க. பேப்பர் கண்டுபிடிக்கறதுக்காக காத்திருக்காம, பனை ஓலைய பேப்பரா பயன்படுத்தி எழுதினவங்க. சமயம், சமையல்னு ஒரு ஏரியாவை நாம விட்டு வெச்சது இல்லை. எல்லாத்துக்கும் ஏடுகள் இருக்கு.

வீரத்துலயும் சளைச்சவங்க கிடையாது. இமயம் வரை போய் கொடி நட்டுருக்கோம். அவ்வளவு ஏன்... இன்னிக்கு தஞ்சை கோவில்ல நாம பாக்கற பிரகதீஸ்வர லிங்கம் கிட்டத்தட்ட 10 டன் எடை உடையது. சாதாரணக் கல் கிடையாது அது. நர்மதைங்கற நதி தீரத்து கல்! அந்த நதி வடநாட்டுலதான் இருக்கு. அங்க இருந்து அந்தக் கல்லை ராஜராஜன் எப்படி தஞ் சாவூர் வரை கொண்டு வந்தான்ங்கறத கற்பனைகூடச் செய்து பார்க்க முடியல. ட்ரக், லாரி, கன்டெய்னர்ன்னு எதுவும் இல்லாத நாள்ல செய்த அசாதாரண முயற்சி அது.

விட்டா நான் நம்ப சிறப்புகளை சொல்லிகிட்டே போவேன். சும்மா இங்க மேல்நாட்டு பஜனையை

யாரும் பண்ண வேண்டாம். கரண்டு கண்டுபிடிச்சான், கார் கண்டுபிடிச்சான்னு அவனைக் கொண்டாட வேண்டாம்.

வாகனங்களால நாம நடக்கறதுங்கறதையே விட்டுட் டோம். ஒரு பெட்டிக் கடைக்கு போகக்கூட டூ வீலர் தேவைப்படுது நமக்கு. அதோட விளைவு, எல்லாரும் குண்டாகி பி.பி., சுகர்ன்னு புதுப்புது வியாதியால அவஸ்தைப்படறோம். விஞ்ஞானம் நம்மையெல்லாம் சோம்பேறியாக்கி அடிமையாக்கிடுச்சி. 30 வயசுல ஹார்ட் அட்டாக் வருது... நூறு பெண்கள்ல முப்பது பேர் இன்னிக்கு கர்ப்பப்பை இல்லாம இருக்காங்க. 50 பேர் கண்ணாடி போட்டுருக்காங்க. மாத்திரை சாப்பிடாம உயிர் வாழறவங்க வெறும் 20 பர்சண்ட் பேர்தான். 80 பர்சண்ட மாத்திரைகளால மட்டுமே. காலம் தள்றாங்க.

இயற்கை உணவுங்கறதே சுத்தமா இல்லை. சாப்பிடற அவ்வளவும் ரசாயன உணவு. வாழைப் பழத்துல இருந்து திராட்சை, ஆரஞ்சு, ஆப்பிள், மாதுளை, பப்பாளின்னு எல்லாமே ஹைபிரிட். அவ்வளவும் ரசாயனம். அதனால் ஆரோக்கியம்ங்கறது பெரிய கேள்விக்குறியாகிட்டு வருது. அந்த நாள்ல என் பாட்டன், முப்பாட்டன்லாம் பத்துக் குழந்தை, இருபது குழந்தைன்னு பெத்தாங்க. ஆணும் பெண்ணும் கண்ணால பார்த்துக்கிட்டாலே கர்ப்பம்ங்கற அளவு ஆரோக்கியமா இருந்தோம்.

இன்னிக்கு தெருவுக்கு ஒரு ஃபெர்டிலிடி ஆஸ்பத்திரி! செயற்கைக் கரு முறைல குழந்தை பெத்துக் கவும் கண்டுபிடிச்சிட்டோம்னு லட்சங்கள்ல கொள்ளை... இதான் விஞ்ஞான முன்னேற்றமா?

அன்னிக்கு ஒரு ஓட்டைக் குடிசைல சந்தோஷமா, ஒத்துமையா வாழ்ந்தோம். இன்னிக்கு அரண்மனை மாதிரி வீடு இருந்தும் யார் கிட்டயும் பெரிய சந்தோஷமில்லை.

இதுவா வளர்ச்சி? இதுவா விஞ்ஞானம்? இதுவா மதி...?

கடைசியாக மூன்று கேள்விகளைக் கேட்டுவிட்டு அமர்ந்தார் சண்முகப்ரியன்.

''அடேயப்பா... குற்றால அருவி மாதிரி கொட்டி யிருக்கார் நம்ம ஜோசியர் சண்முகப்ரியன். மதிங்கற அறிவால அதிகம் தீமைதான்னு சொன்னதோட, நம் முன்னோர்கள் இந்த அறிவுல சளைச்சவங்க இல்லைன்னும் உதாரணங்களோட சொல்லி முடிச் சிட்டார். அறிவாகிய மதியைக் குற்றம் சொன்னாரே தவிர, விதி அதுக்கு முன்னால எவ்வளவு பெரியதுன்னு சொல்லலை.

மொத்தத்துல இரண்டு தரப்பும் பூந்து விளை யாடிட்டாங்க. சரி... எது பெருசு? விதியா? மதியா? இதற்கான தெளிவான விடையை சொல்லத்தான் விஞ்ஞானம், மெய்ஞானம்னு இரண்டுலயும் தன்னை ஈடுபடுத்திக்கிட்டிருக்கற ராமச்சந்திரன்ங்கற சக்திதாசன் இங்க வந்துருக்கார். சாரை இப்ப பேச அழைக்கிறேன்...'' என்று ராஜேந்திரன் அவரை அழைத்தான்.

04

சரஸ்வதி என்றால் வற்றாத பொய்கை என்றும் ஒரு பொருள் உண்டு. ஒரு பொய்கை பார்க்க மிக அழகாய், தாமரைகள் பூத்திருக்க, மீன்கள் நீந்தியபடி இருக்க, அழகாய் குளிர்ச்சியாய்க் காட்சி தரும். இந்தப் பொய்கைபோல நமக்கு வற்றாத கல்வி ஞானத்தையும், அதில் பூத்திருக்கும் தாமரைகள் போலச் செல்வத்தையும், நீந்திடும் மீன்களைப் போல வாரிசுகளையும் தருபவள் என்று இந்தப் பெயரை விரித்துப் பொருள் கொள்ள வேண்டும்.

சரஸ்வதிக்கு இதுதான் பொருள் என்றால், நீல சரஸ்வதிக்கான பொருள் இத்துடன் கூடுதலாய் நீலமான அந்த ஆகாயம் போல் எல்லையில்லாத அளவு இவற்றை அருள்பவள் என்று பொருள் கொள்ள வேண்டும்.

இவள் அருளால் வியாச முனிவரால் பதினெட்டுப் புராணங்களை எழுத முடிந்ததாம். மகாபாரதத்தையும் படைக்க முடிந்ததாம். அவை அழியா இலக்கியமாகப் பல்லாயிரம் ஆண்டுகளாகத் திகழ்வதைக் காணலாம்.

சீக்திதாசன் பேசத் தயாரானார்.

''எல்லோருக்கும் என் ஆசீர்வாதங்கள்...'' என்றும் தொடங்கினார்.

அதைக் கேட்டு மதியே என்று பேசவந்த ஒருவர் லேசாய்ச் சிரித்தார். ''இவர்கிட்ட யார் இப்ப ஆசீர்வாதத்தை எல்லாம் கேட்டா? நேரா மேட்டருக்கு வராம ஆசீர்வாதம்னு ஆரம்பிக்கறதப் பாரு... இவர் பெரிய குருவாம்... நாம அதை ஏத்துக்கணுமாம்...'' என்று தன் பக்கத்து நபரிடம் சன்னக்குரலில் காதைக் கடித்தார். அவரும் சேர்ந்து சிரித்தார். அப்படியே, ''சங்கிங்களே எப்பவும் இப்படித்தானே?'' என்று பதில் கேள்வி கேட்டார்.

சக்திதாசனிடம் லேசாய் ஒரு செருமல்! செருமலைத் தொடர்ந்து பேச்சு.

''நான் ஆசீர்வதிச்சது சிலருக்குப் பிடிக்காமக்கூட இருக்கலாம். என்னை நானே உயர்த்திக் காட்டிக்கறதாக் கூட நினைக்கலாம். பொதுவா ஒரு சன்யாசி வாழ்த்தோட தொடங்கணும்ங்கறது மரபு. அதன்படிதான் நான் வாழ்த்தினேன். மற்றபடி நானும் உங்களைப் போல ஒரு சாதாரண மனுஷன்தான். சங்கி மங்கின்னு உங்கள்ல சிலர் என்னை எப்படிக் கூப்பிட்டாலும் சந்தோஷம்தான்'' என்றவர், அப்படிச் சொன்ன அந்தச் சிந்தனையாளரை ஒரு பார்வை பார்த்தார். அவர் முகம் வெளிறி விட்டது.

'இங்கே நான் முணுமுணுத்தது அவருக்கு எப்படிக் கேட்டது?' என்றோர் ஆச்சரியமும் அவரிடம் தோன்றியது.

சக்திதாசனோ, கருத்துக்குள் நுழைந்துவிட்டார்.

''இங்க விதியா, மதியாங்கற பேர்ல ஒரு கருத்து மோதல் ரொம்பச் சிறப்பா நடந்து முடிஞ்சிருக்கு. விதி தான் பெருசுன்னா அப்ப புத்தி எதுக்குங்கற கேள்வி உண்டாகுது. புத்திதான் பெருசுன்னாலும், அப்ப விதி எதுக்குங்கற கேள்வி உண்டாயிடுது.

இந்த இரண்டுமே சமபலம் உள்ளவைங்கறத முதல்ல புரிஞ்சுக்கணும். சமபலம் உள்ளவங்க மோதிக் கிட்டாத்தான் அது நியாயமாவும் இருக்கும். அதைத்தான் ஒலிம்பிக் விளையாட்டு விதிகள்லயும் பின்பற்றறாங்க.

அந்த வகைல இங்க சமபலத்தோட இரண்டு தரப்பும் கருத்துகளை சொல்லியிருக்கறதா நினைக்கறேன்.

இதில் இறுதியானது எது? அதுதான் இப்ப கேள்வி. என் அனுபவத்துல சொல்றேன்... முதல்ல இப்படிக் கேக்கறதே தப்பு. ஆனாலும் கேட்டுட்டோம். ஏன் கேட்டோம்னும் பார்க்கணும். மதியைப் பத்தி பெருசா பிரச்னை இல்லை. விதிதான் எப்பவும் பிரச்னைக்குரியதா இருக்கு. நூறு வயசு வரை வாழ முடிஞ்ச நாம யாரும் நூறு வயசு வாழறதில்ல. 70, 80, 90ன்னு ஆரோக்கியத்துக்கு ஏற்ப செத்துப் போயிடறோம். கேட்டா, விதி முடிஞ்ச துன்னு சொல்றோம்.

அதேபோலத்தான் ஒருத்தன் பணக்காரனா இருக்கவும் சரி, ஏழையா இருக்கவும் சரி... விதிதான் காரணம்னு சொல்லிடறோம். பெரிய படிப்பைப் படிக்க முடியலைன்னா விதியைக் காரணம் சொல்லிடறோம். குழந்தைகள் பிறக்கலேன்னாலும் விதியைத்தான் குற்றம் சொல்றோம்.

மனித வாழ்வுல இப்படி எல்லா ஏற்ற இறக்கங்களுக்கும் விதியைக் காரணம் சொல்றது உலக வழக்கமா இருக்கு. அதனாலதான் விதி பற்றிய பேச்சு, கேள்வி எல்லாம் எழும்புது.

இந்த விதியைப் புத்தியாகிய மதியால் வெல்ல முடியும்னும் ஒரு கருத்து. முடியாதுன்னும் ஒரு கருத்து இருக்கு. இதுல எது சரி? அதைப் பத்தித்தான் நான் இப்ப சொல்லப் போறேன்.

முதல்ல விதின்னா என்னன்னு புரிஞ்சிக்கணும். விதின்னா ஒழுங்கு, கட்டுப்பாடு, சமநிலைன்னு பல அர்த்தம் இருக்கு. இதை முதல்ல தெரிஞ்சிக்கணும்.

விதி ஒரு விலங்கு இல்லை. அது ஒரு நியாயமும்கூட. இந்த விதி இங்க நம்மகிட்டக்கூட இருக்கு. இதை உருவாக்கினது நாமதான். அதாவது... நம்ம மதி!

பாருங்க... இரண்டு அணி! ஒரு அணி இந்தப் பக்கம், இன்னொரு அணி அந்தப் பக்கம். நடுவுல ஆங்கர்! தொலைவுல கேமரா. அப்புறம் சரியான தூரத்துல வெளிச்சம் தரும் விளக்குகள்!

இதெல்லாம் என்ன? இதெல்லாம் ஒரு விதிப்பாடுதான். இப்படி விதிச்சிக்கலேன்னா இங்க எதுவும் சரியா நடக்காது. குழப்பமாத்தான் இருக்கும்!

விதிப்பாடு இல்லாம எதுவுமே இந்த உலகத்துல கிடையாது. இந்தச் சேனலை எடுத்துக்கிட்டா, இதுக்கும் விதிங்கற ரூல்ஸ் உண்டு. காலை 9 மணிக்கு எல்லாரும் வேலைக்கு வந்துடணும், எட்டு மணி நேரம் வேலை பாக்கணும், சீனியர்களை மதிக்கணும்... இப்படி இங்க பல விதிகள். வெளிய இறங்கி தெருவுல நடந்தா அங்கேயும் விதிகள். அதுக்கு போக்குவரத்து விதிகள்னு பேர்.... அந்த விதிப்படி நடக்கலேன்னா விபத்து உண்டாகி துன்பம்தான் ஏற்படும். அஞ்சு வருஷம் ஒரு அரசாங்கம்ங்கறதும் விதிதான். அதன்பின் தேர்தல்ங்கறதும் ஒரு

விதிதான். ஆக, விதி இல்லாத இடமே இல்லை. அந்த விதிகளை உருவாக்கினது எது? நம்ம புத்தியாகிய மதி. அப்படின்னா அதை உண்டாக்கின மதிதான் பெரு சுன்னு சிலர் சொல்லலாம். அது தப்பு!

ஒரு மதி தன் தனித் திறமையால் எல்லாரையும் வழிநடத்த முடியாதுன்னு உணர்ந்துதான் விதியை உண்டாக்குது. பிறகு அந்த விதிக்கு அதுவும் கட்டுப்பட்டு நடக்குது.

ஒரு முதலாளி தன் நிறுவனத்துக்கு எல்லாரும் சரியான நேரத்துக்கு வேலைக்கு வரணும்னு சொல்லி ஒரு விதியை உருவாக்கறார். அதை அவரும் பின்பற்றி வேலைக்கு வரும்போது அந்த விதிக்கு பெரிய மதிப்பு உண்டாயிடுது. ஆக, விதியை உருவாக்கியவரே அதை மதிச்சு, அதை பின்பற்றும் போதுதான் விதி வலிமை யோட இருக்கு.

இல்லேன்னா அந்த விதி பேருக்கு இருக்கும். அதை யாரும் பின்பற்றலேன்னா என்னாகும்? எல்லாம் குட்டிச்சுவராத்தான் போகும்.

இதுல இருந்து தெரியற ஒரு உண்மை என்னன்னா, மதியால விதியைப் படைக்க முடியும். ஆனா, அது அதைப் பின்பற்றலேனனா விதி செல்லாக் காசாயிடும். உண்மையில விதியை வலிமையா வெச்சுக்கறதே மதி தான். மதிக்குத் தன் வரையிலதான் சக்தி. ஆனா, விதிக்குத்தான் பிரபஞ்ச அளவுல சக்தி. நல்லாத் தெரிஞ் சுக்குங்க... மதிக்குள்ள விதி கிடையாது. ஆனா, விதிக்குள்ள மதி இருக்கு.

இப்பச் சொல்லுங்க... எது பெருசு?

இன்னும் கொஞ்சம் விளக்கமாச் சொல்றேன். நான் இப்ப என் புத்தியக் கொண்டுதான் இங்க பேசறேன். ஆனா இந்தப் புத்திக்குச் சில விஷயங்கள் தெரிஞ் சாகணும். பெரிய புத்திசாலி நான்ங்கறதால நெருப்பத்

தொட்டா அது சுடாதா? பெரிய புத்திசாலிங்கறதால நான் தூக்குல தொங்கினா என் உயிர் போகாதா என்ன?

புத்தியால எதையும் உணரத்தான் முடியும். ஆனா பிரபஞ்ச விதிகளை மீறி எதையும் செயல்படுத்த முடியாது.

நான் தெருவுல நேரா ஓரமா பாதுகாப்பா நடந்து போகலாம். ஆனா, அப்படிப் போகாத ஒருவர் என்மேல மோதி விபத்து உண்டாகி நான் இறக்க வாய்ப்பு இருக்குதானே? எப்ப எது நடக்கும்னு தெரியாததுதானே வாழ்க்கை? நடக்க நடக்க அதற்கேற்றபடி நடக்கறது தானே நம்ம வழக்கம்?

சுருக்கமாச் சொல்லப் போனா, இந்தப் பிரபஞ்சத்துல நாம் ஒரு துகள். தனிப்பட்ட முறையில நமக்கு பெரிய சக்தி எல்லாம் கிடையாது. இருக்கறதா நினைச்சுக்கலாம். ஆனா, அதனால நடக்கற எதையும் ஒரு அணுவளவு கூட மாற்ற முடியாது. நாம எல்லாருமே பிரபஞ்ச விதிக்குக் கட்டுப்பட்டவங்கதான். கடல் பொங்கி ஒரு சுனாமி வந்து ஒரு நகரம் அழியும்போது நாமும் அழிஞ்சுதான் தீரணும்.

நானொரு பெரிய விஞ்ஞானி. ஆகாயத்துல விண்வெளில பலநாள் திரிஞ்சவன். இந்த பூமியை ஒரு ஃபுட்பால் கணக்கா மேல இருந்து பார்த்தவன். நட்சத்திரங்களைரொம்பநெருக்கத்துல பார்த்தவனும்கூட. ஆனாலும், எனக்கு ஹார்ட் அட்டாக் வந்தபோது ஆஸ்பத்திரில முடங்கித்தான் கிடந்தேன். புற உலகைப் பார்க்க முடிஞ்ச எனக்கு என் உடம்புக்குள்ள நடக்கறத பார்க்கவோ, உணரவோ முடியல. அப்பத்தான் நான் விதியோட சக்திய புரிஞ்சிக்கத் தொடங்கினேன்.

ஆகாயத்துல எதை எதையோ கண்டுபிடிச்சேன். ஆனா, ஒரு குழந்தைய என் குடும்ப வாழ்வுல என்னால கண்டுபிடிக்க முடியல. என் குடும்ப வாழ்க்கையில

அதுக்கு இடமில்லாம போயிடுச்சு. டாக்டர்கள் கிட்ட கேட்டா ஒரு குறையும் உங்ககிட்ட இல்லைன்னாங்க. ஆனாலும் எங்களுக்குக் குழந்தை இல்லை. இதுக்கு விஞ்ஞானத்துக்கிட்ட விடை இல்லை. ஆனா என் ஜாதகக் கட்டத்தை ஆராய்ந்த என் குருநாதர், 'உனக்கு இந்தப் பிறவியில குழந்தை பாக்யம் இல்லை. உன் ஜாதகத்துல்யும், உன் மனைவி ஜாதகத்துலயும் ஐந்தா மிடத்துல பாவக் கிரகங்கள் இருக்கு. குரு பார்வையும் இல்லை. இது முன்ஜென்ம கர்மம். இதை நீ அனுபவிச்சுத் தான் தீர்க்கணும்'னு சொன்னார். கடைசியா இதுதான் உன் விதின்னார். இந்த விதியை எழுதினதும் நான்தான்னு சொன்னார். முன்ஜென்மத்துல நான் குழந்தைகள்கிட்ட இரக்கம் இல்லாம நடந்துகிட்டேனாம். பல குழந்தைகளை ஒரு டாக்டரா இருந்து கருச்சிதைவும் செய்தேனாம். அதோட எதிர்வினைதான் இதுன்னார்.

யாரா இருந்தா என்ன? தப்புக்குத் தண்டனையை அனுபவிச்சுத்தானே தீரணும்?

அதை ஒரு புத்தி தரவே தராது. ஆனா, விதி விடவே விடாது. இதை நான் தெளிவா புரிஞ்சிகிட்டேன். விதிங்கறதும் நம்ப மதிதான். நாம எப்பவோ செய்ததோட விளைவுதான். இதை உணர்ந்து அந்த விதியை ஒத்துக்கறவன்தான் பக்குவப்பட்ட மனுஷன்!

இங்க இன்னொரு கருத்தையும் சொல்ல விரும்ப றேன். விதி வரையில சில விதிவிலக்குகள் உண்டு.

எப்படி சிக்னல்ல சிகப்பு விளக்கு எரியும் போதும், ஒரு ஆம்புலன்சுக்கு அது தடையில்லையோ... அது போல சிலருடைய வாழ்க்கைல விதி வளைஞ்சு கொடுக்கறது உண்டு. அவங்களுக்கு நிச்சயமா ஒரு குரு துணையா இருக்கணும். அவராலதான் அவங்களை மீட்டு நெறிப்படுத்த முடியும். அப்படி ஒரு குரு கிடைக்கவும் விதியில இடம் இருக்கணும். விதி, மதி பற்றி இதுதான் என் கருத்து.

சுருக்கமா, திருக்குறள்போலச் சொல்லணும்னா, மதி பெரியது... விதி அதைவிடப் பெரியது. நன்றி, வணக்கம்...''

சக்திதாசன் பேச்சை முடித்துக் கொள்ளவும் எல்லோரும் கை தட்டினார்கள். அதுவரை அமைதியாக இருந்த சுசீலாவும் எழுந்து நின்று கை தட்டினாள். அவர் மதியைக் குறை சொல்லவில்லை. விதியின் தன்மையையும் சரியான உதாரணங்களோடு சொல்லி விட்டதாகவே அவளுக்குத் தோன்றியது.

அவருடைய பேச்சிலேயே இறுதியாக விதிவிலக்கு களும் உண்டு என்று சொன்னது அவளுக்கு ஆறுதலாய் இருந்தது. தன் வரையிலும்கூட தன் வயிற்றுக் குழந்தையை அதன் பொலலாத விதிப்பாட்டில் இருந்து மீட்டு விடலாம் என்றும் ஒரு நம்பிக்கை அவளுக்குள் துளிர்விட்டது.

காரில் வீடு நோக்கித் திரும்பும்போது ராஜேந்திரன் அவளிடம் பேசத் தொடங்கினான்.

''என்ன சுசீ.... நிகழ்ச்சியை ரொம்ப ரசிச்சே போல இருக்குதே?''

''ஆமா, ரொம்பச் சிறப்பா இருந்தது...''

''அதுசரி... உனக்கு யாரோட கருத்து ரொம்பப் பிடிச்சிருந்தது?''

''எல்லாருமே சிறப்பாத்தான் பேசினாங்க. கடைசில பேசின சக்திதாசன்தான் டாப்.''

''ஓ... அவரோட தீர்ப்பு அப்ப உனக்குப் பிடிச்சுப் போச்சா?''

''ஆமாம். விதியை எழுதிக்கறதே நாம்தான்னு சொன்னாரே... அது புதுச் செய்தி. ஆனா, நாம அந்த ஆண்டவன் நம்ம தலைல தப்பா எழுதிட்டான்னுதானே புலம்பறோம்...

"எனக்கென்னமோ போன ஜென்மத்து பாவம். அது இந்த ஜென்மத்துல தொடருதுங்கறதெல்லாம் ஒரு கற்பனையாத்தான் தோணுது..."

"அதுவேகற்பனைன்னா விதியும்கற்பனைன்னுல்ல ஆயிடும்..."

"ஆமாம். விதிங்கறதுல்லாம் சும்மா சால்ஜாப். எப்பவும் புத்திசாலிகளுக்குத்தான் காலம். இன்னிக்கு டாப்ல இருக்கற எல்லாரும் விதியால முன்னுக்கு வரலை. அவங்க புத்தியாலதான் வந்தாங்க..."

"சக்திதாசன் புத்தியைக் குறை சொல்லலியே... ஆனா அந்த புத்தியால தன்னையே தெரிஞ்சிக்க முடியலேன்னு சொன்னதை நீங்க கேட்டீங்கதானே?"

"எப்படி... எப்படி.?"

"இல்ல. ஆகாயத்துல இருக்கற நட்சத்திரங்களை எல்லாம் பாக்க முடிஞ்ச தன்னால தனக்குள் இதயம் பலவீனமா இருக்கறத உணர முடியல, ஒரு ஹார்ட் அட்டாக் வரவும்தான் தெரிஞ் சதுன்னாரே... கவனிக் கலையா?"

"உம்... அதெல்லாம் சும்மா. அதான் ஹார்ட் அட்டாக் வரவும் தெரிஞ்சிடுச்சே. விதிப்படி நடக்கட் டும்னு சும்மாவா இருந்தாரு? டாக்டர்களைப் பார்த்து ஆபரேஷன் பண்ணிக்கிட்டு குணமடைஞ்சார்தானே? அறிவிருக்கப் போய்த்தானே எல்லாம் நடந்தது?"

"சரி, ஒரு குறையுமில்லை... இருந்தும் குழந்தை பிறக்கலைன்னு சொன்னாரே... அதுக்கு உங்க பதில்?"

"இதுவரை பிறக்கலைன்னா என்ன... இனி பிறக்கலாம் இல்லையா?"

"அவர் வயசு இப்ப 75ங்க..."

"சீனாவுல 90 வயசுல பிள்ளை பெத்தவர் இருக்கார்."

''நீங்க விதிவிலக்கானவரை சொல்றீங்க. யதார்த்தத்துக்கு வந்து பேசுங்க.''

''குழந்தை பிறக்காதது ஒரு குறையா? உடனே அதை போன ஜென்மத்தோட முடிச்சுப் போட்டு, அந்தப் பாவம்தான் காரணம்னு சொன்னதெல்லாம் அபத்தம். அவர் சொல்றத பார்த்தா, ஒருவர் செத்த பிறகு அவர் பாவ புண்ணியத்தைக் கணக்குப் பார்த்து, அதுக்குத் தகுந்த மாதிரி அவங்களுக்கு திரும்ப ஒரு பிறப்பைக் கொடுக்க ஒரு கூட்டம்ல இருக்கணும்? இங்க ஒருத்தர் தப்பு பண்ணிட்டா தண்டிக்க போலீஸ், கோர்ட் இருக்கற மாதிரி...''

''ஆமாம். அதைத்தானே நம்ம மதமும் சொல்லுது. சித்ரகுப்தன், எமதர்மன், கிங்கரர்கள்ன்னு ஒரு கூட்ட மால்ல இருக்கு...''

சுசீலா சொன்னதைக் கேட்டு அவளைப் பார்த்துக் கேலியாகச் சிரித்தான் ராஜேந்திரன்.

'''இப்படிச் சிரிச்சா என்ன அர்த்தம்?''

''இல்ல... இந்த எமலோகம், அப்புறம் எமன், சித்ரகுப்தன் எல்லாம் நீ நம்பறத நினைச்சா சிரிப்புத்தான் வருது.''

''நீங்க கேட்டதுக்கு நம்ம மதம் சொன்னதை நான் சொன்னேன்.''

''அப்படியா? ஒரு நாளைக்கு லட்சம் பேர் உலக அளவுல சாகறாங்க. இவங்க பாவ புண்ணியங்களை கணக்குப் பார்க்க ஒரு சித்ரகுப்தன், ஒரு எமன் இருந்தா போதுமா? நான் தெரியாமத்தான் கேக்கறேன்... அந்த எமனுக்கும் சித்ரகுப்தனுக்கும் எதுக்கு இந்த வேண்டாத வேலை?''

''விதண்டாவாதம் பண்ண ஆரம்பிச்சிட்டீங்களா...?''

''என் கேள்விக்கு உன்னால பதில் சொல்ல முடியலேன்னா அதுக்கு என்னை விதண்டாவாதம் பண்றவன்னு சொல்லிடுவியா?''

''ஒரு கம்ப்யூட்டரை வெச்சுகிட்டு ஆயிரக்கணக்கான ஃபைலை பார்க்கறதில்லையா? அந்த மாதிரி எமனுக்கும் லட்சக்கணக்கான பேரோட பாவ புண்ணியங்களைப் பார்த்த மாத்திரத்துல கண்டுபிடிக்கற சக்தி இருக்கக் கூடாதா?

''சரி, இருக்குன்னே வெச்சுப்போம். எதுக்குப் பிறக்க வெச்சு. அப்புறம் சாகடிச்சு, திரும்ப பிறக்க வெச்சு, திரும்ப சாகடிச்சு.? இதுல அந்தாளுக்கு என்ன கிடைக்குது?''

ராஜேந்திரனின் கேள்வி சுசீலாவை லேசாக கட்டிப்போடத் தொடங்கியது. அவனுக்கு ஒரு பதிலைச் சொல்ல முடியாமல் கண்ணாடி வழியே புறத்தில் சாலையில் செல்பவர்களைப் பார்த்தாள்.

''என்ன மேடம்... ஆஃப் ஆயிட்டீங்க?''

''..........''

''பதில் சொல்ல முடியலைல்ல... இதுதான் பகுத்தறிவோட வெற்றி. புரிஞ்சிக்கோ... ராஜேந்திரன் அவளை சற்று வம்புக்கும் இழுத்தான். அவள் முறைத்தாள்.''

''முறைக்காத. இதுக்கான பதிலை இப்பத்தான் சொல்லணும்னு இல்ல. நாளைக்குக்கூடச் சொல்லலாம்.''

''சரி, இந்தப் பேச்சை விடுங்க. நம்ப விஷயத்துக்கு வாங்க...''

''அதான் நான் அப்பவே சொல்லிட்டேனே... அபார்ஷன்தான் ஒரே. வழி...''

''இப்பவும் சொல்றேன், என்னால முடியாது.''

''பைத்தியமே... நாளைக்கு நீதான் கஷ்டப்படணும், நீ மட்டுமில்ல... நானும். அப்புறம் அந்தக் குழந்தையும்...''

''எனக்கென்னவோ நமக்கு நிச்சயமா நல்லபடியா குழந்தை பிறக்கும்னு தோணுதுங்க...''

''என்னைச் சமாதானப்படுத்தறதுக்காக இப்படிச் சொல்றியா?''

''இல்லை. அந்த சக்தி உபாசகர் பேச்சைக் கேட்டதால சொல்றேன்.''

''அவர் நம்ம பிரச்னை பத்திப் பேசின மாதிரி தெரியலியே...''

''பொதுவா அவர் விதி பற்றி பேசும்போது விதி விலக்கு பத்தியும் பேசினார்ல...''

''ஆமாம். அதனால?''

''அப்படி ஒரு விதிவிலக்கு ஏன் நமக்கு இருக்கக் கூடாது?''

''சுசீ... அவர் எதுக்கோ சொன்னதை நீ உனக்குன்னு எடுத்துக்காதே. உன் வரைல இப்ப ஏற்பட்டுருக்கறது கருக்கோளாறு. ஒரு 30 வருஷம் முந்தி இதைக் கண்டுபிடிக்கற வசதி இல்லை. ஆனா, இப்ப அப்படி இல்லை. கண்டுபிடிச்சிட்டோம். இதுக்காக சந்தோஷம் தான் படணும். அந்தக் கோளாறை சரிசெய்ய முடியும்னா டாக்டர் சொல்லியிருப்பாரே...''

''நீங்க எவ்வளவு சொன்னாலும் சரி... எனக்கென்னவோ ஒரு நம்பிக்கை உண்டாகியிருக்கு. கூடவே ஒரு கேள்வியுமிருக்கு...''

''என்ன?''

''உங்க சித்தப்பா ஏதோ சாபம்ன்னாரே, அது என்ன?''

''அது ஒரு உளறல். அவர் இன்னிக்கு வந்திருக்கவே வேண்டாம்.''

''ஏன் கோப்படறீங்க.? அந்த சாபம்கூட நம்முடைய இன்றைய நிலைக்குக் காரணமா இருக்கலாமில்லையா?''

''இதோபார். நீ இனி சாபம், பாபம்னுல்லாம் பேசாவே கூடாது. எனக்கு சுத்தமாப் பிடிக்கல. அதெல்லாம் கற்பனை. கையாலாகாதவங்க சொல்றது. தயவுசெய்து பேசாம வா...''

கோபமாகச் சொல்லிவிட்டு ஆக்சிலரேட்டரையும் அழுத்தமாய் மிதித்தான். காரிடமும் ஒரு பெரும் சீற்றம்!

ஆனால், மனதளவில் சுசீலா அடங்கவேயில்லை.

05

ஒரு சக்திதான் பல சக்திகளாகப் பிரிந்து செயலாற்று கிறது. ஒரு பொருளை உற்பத்தி செய்ய ஒரு நிறுவனத்துக்குள் பல துறைகள் இருப்பது போல்தான் இதுவும்.

அந்த ஒரு சக்தி ஏன் பல சக்திகளாக மாற வேண்டும் என்கிற கேள்வி எழலாம்.

நீர் என்று எடுத்துக் கொண்டால், அதற்கு ஆதிமூலமே கடல்தான். கடல்நீர் தான் முதலில் ஆவியாகி, பின் மேகமாகி, பின் மழையாகி, பின் மலை மீது விழுந்து அருவியாகி, தரை மீது தவழ்ந்து ஆறாகிய நதியாக ஓடுகிறது. ஆறு நிலைப் பாடுகள் இருப்பதால்தான் நதியை ஆறு என்கிறோம். இந்த ஆறும்கூட, பெருகும்போது ஏரிகளுக்குத் திருப்பி விடப்படுகிறது. பொழியும் மழை நிலத்தின் மீது விழும்போது குளம் குட்டைகளும் உண்டாகின்றன.

ஆக மொத்தத்தில், கடல் நீர் என்கிற ஒன்றுதான் ஆறு, ஏரி, குளம், குட்டை என்றெல்லாம். இடத்துக்கும் காலத் துக்கும் ஏற்ப வடிவம் கொள்கிறது. இறுதியாக இவை கடலை அடைந்து திரும்ப அதே சுழற்சியில் மழையாகி, நதியாகி, ஏரி குளமாகி என்று அதன் போக்கு தொடர்கிறது. இது ஒரு வட்டச் சுழற்சி.

இதுபோன்றதே பரம்பொருளாகிய ஆதி சக்தியின் வட்டச் சுழற்சியும். இந்த ஆதிசக்தியே காளி, நீல சரஸ்வதி என்று விசேஷ சக்திகளாகப் பரிமளிக்கிறாள். இதனால் ஒரு சாதகன் தன் தேவையறிந்து இவளை நெருங்கி, தன் தேவையையும் பூர்த்தி செய்துகொள்ள முடிகிறது.

அந்த வகையில் நீல சரஸ்வதியை நெருங்குபவர்கள் உலகையே வசப்படுத்தும் அறிவாற்றலுடன், அஞ்சாத நெஞ் சத்தையும் பெற்றவர்களாகிறார்கள்.

வீடு திரும்பியபோது சித்தப்பா தேவராஜ சேனாதிபதி ஹாலில் நீண்ட சோபாவிலேயே காலைச் சுருட்டி அடக்கிக் கொண்டு தூங்கிக் கொண்டிருந்தார். நல்ல தூக்கம் அது என்பதைக் குறட்டையும் உறுதிப் படுத்தியது.

''சித்தப்பா நல்லாத் தூங்கறார். எழுப்பாதே. போய் லஞ்ச்சுக்கு ஏற்பாடு செய். எனக்கு நல்ல பசி...'' என்று சத்தமில்லாத குரலில் பேசிய ராஜேந்திரன், உடை மாற்றிக் கொள்வதற்காகத் தன் அறை நோக்கிச் சென்றான். ஆனால் அந்தக் குரலே சித்தப்பாவை எழுப்பி விட்டது. அவர் எழுந்திருக்கவும் அவரை பார்த்துச் சிரித்தான் ராஜேந்திரன்.

''என்ன சித்தப்பா.... சோபாவுலயே தூங்கிட்டீங்க. உள்ள போய் கட்டில்ல படுத்திருக்கலாம்ல?'' என்று அவரிடம் பேச ஆரம்பித்தான். அவர் 'பரவாயில்லப்பா' என்று முக ஜாடையிலேயே பதில் சொன்னார்.

''சாப்ட்டுட்டீங்களா?''

அவரும் ஆமோதித்தார். அழகம்மையும் அப்போது வெளிப்பட்டு அவர் சாப்பிட்டு விட்டதை ஊர்ஜிதம் செய்தாள்.

''சரி சித்தப்பா, போய் நல்லா ரெஸ்ட் எடுங்க...'' என்று அவரைப் படுக்கையறை நோக்கி நகர்த்த ஆரம்பித்தான் ராஜேந்திரன். அவரும் மென்மையாகச் சிரித்தபடி, ''பரவாயில்லப்பா. இனி தூக்கம் வராது.'' என்று சைகை செய்தார். அதைக் கேட்டு அரைமனதாக உடை மாற்றச் சென்றான். அவன் விலகவும் சுசீலா அவர் அருகில் சென்று, ''நான் உங்ககூட நிறையப் பேசணும்...'' என்றாள். அவரும், ''நானும் அதுக்குத்

தானே வந்திருக்கேன்... என்று கைகளை அசைத்து ஜாடையில் பதில் சொன்னார்.

"இருங்க, அவருக்குச் சாப்பாடு போட்டுட்டு நானும் சாப்பிட்டுட்டு வரேன்..." என்று ஓடினாள்.

டைனிங் டேபிளில் வந்தமர்ந்தவளை ராஜேந்திரன் ஒரு தினுசாகப் பார்த்தான். அழகம்மை உணவு பரிமாறத் தொடங்கினாள். அவள் எதிரில் அவன் எதுவும் பேச விரும்பவில்லை. அதே சமயம் பேசாமலும் இருக்க அவனால் முடியவில்லை.

"இதோபார் சுசி... சித்தப்பாகிட்ட பேசறேன்னு அவரைப் போட்டுக் குடையாதே. நான் சொன்னதைக் கொஞ்சம் ப்ராக்டிகலா யோசி. டாக்டர் சொன்னதுதான் சரி. அதை மறந்துடாதே." என்றான். அழகம்மை காதிலும் அது விழவும், "என்ன கண்ணு... டாக்டர் என்ன சொன்னாரு?" என்று உரிமையோடு கேட்டாள்,

அழகம்மை வெகுகாலமாக இருக்கிறாள். ஒரு தாய் ஸ்தானத்தில் இருந்து அவர்களைப் பார்த்துக் கொள்கிறாள். அதனால் அவளிடம் ராஜேந்திரனும் சரி, சுசீலாவும் சரி... எதையும் மறைத்ததில்லை. ராஜேந்திரனே அவள் கேள்விக்குப் பதில் கூறத் தொடங்கினான்.

"அழகம்மா... நான் சொல்றதக் கேட்டு அதிர்ச்சி அடையக் கூடாது..." என்று முதலில் அவளைத் தயார் படுத்தினான்.

"என்ன தம்பி... ஆரம்பமே பயமுறுத்தறே?"

"பயமுறுத்தறதா... உங்களைத் தயார்படுத்தறேன். சுசி வயித்துல கருவோட வளர்ச்சி சரியில்லை. கழுத்தே இல்லையாம். அதாவது கோளாறுள்ள குழந்தை. அதனால் சாப்பிடறது, பேசறதுன்னு எல்லாமே சிக்கல். பேசாம அபார்ஷன் பண்ணிடுங்கன்னு சொல்லிட் டாங்க..."

"கடவுளே... என்ன தம்பி இது கொடுமை!"

''கொடுமைதான். என்ன செய்யறது? ஏதோ இந்த மட்டுல முன்னாடியே தெரிய வந்ததே...''

''ஐயோ... ஆமா, இதையெல்லாம் கண்டுபுடிச்சு சொல்ல முடியுமா?''

''ஒரு பொண்ணு ஒரு ஆணைப் பார்க்காம, பழகாமலே பிள்ளையே பெத்துக்க முடியும். விஞ்ஞானம் இன்னிக்கு எங்கேயோ போயிடுச்சு...''

''அந்த விஞ்ஞானத்தால இதைச் சரிசெய்ய முடியாதா?''

''முடிஞ்சா விடுவாங்களா? முடியாதுங்கறதால தானே அபார்ஷன் பண்ணச் சொல்றாங்க...

''கேக்கவே சங்கடமா இருக்கு. சுசீ ரொம்ப நல்ல பொண்ணு. இதுக்கு இப்படி ஒரு தண்டனையா?''

''ஏன்... நான் என்ன கெட்டவனா? இவளை நல்லவங்கறீங்க. நான் உங்க கண்ணுக்குத் தெரியலியா?''

''தப்பா புரிஞ்சிக்கிட்டீங்க. ரெண்டு பேருமே தங்கம்! ஆனா உங்களுக்குப் போய் அந்த ஆண்டவன் இப்படியொரு கஷ்டத்தைக் கொடுத்துட்டானே?''

''இதுக்காக எதுக்கு இல்லாத சாமி மேல குத்தம் சொல்றீங்க? இது இப்ப சகஜம். ரொம்ப இதைப் பத்தி யோசிக்கக் கூடாது. அடுத்து நல்லபடியா பிறக்கும்னு நம்பி போய்கிட்டே இருக்கணும்.''

ராஜேந்திரன் குற்ற உணர்வோ, துக்க உணர்வோ இல்லாமல் தான் பேசினான். ஆனால், சுசீலாவின் விழிகளில் கண்ணீர்.

சுசீலா அழுவதைப் பார்த்து அழகம்மையும் அழத் தொடங்கி விட்டாள். இருவர் அழுவதையும் பார்த்த ராஜேந்திரன், ''ஆரம்பிச்சிட்டீங்களா? அழகம்மா... நீங்க அவளைத் தேத்தணும். அதை விட்டுட்டு நீங்களும் அழுதா என்ன அர்த்தம்?'' என்று சற்றுப்

பலத்த குரலெடுத்தான். அந்தக் குரல் தேவராஜ சேனாதிபதி காதிலும் விழுந்து, அவரும் அங்கு வந்தார். அவர் வரவும் ராஜேந்திரன் சற்று பம்மத் தொடங்கினான்.

“என்ன சித்தப்பா... நீங்க போய் ரெஸ்ட் எடுங்க...'' என்று அவரை திருப்பப் பார்த்தான்.

அவர் ஒரு சிரிப்பு சிரித்தார். அதில் ஆயிரம் அர்த்தங்கள். சட்டென்று தன் பாக்கெட்டிலிருந்து பேடை எடுத்தவர், ''எனக்கு எல்லாம் தெரியும். தெரிந்துதான் வந்திருக்கிறேன். குழந்தை நல்லவிதமாகப் பிறக்க வழி உள்ளது. ஆனால், என் பேச்சை நீ கேட்க வேண்டும்.'' என்று எழுதிக் காண்பித்தார்.

அதைப் படித்த ராஜேந்திரன் முகம் குத்து வாங்கியது போல் ஆனது. அதை எட்டிப் பார்த்த சுசீலா முகத்தில் ஒரு பரபரப்பு. அழகம்மை நாசூக்காக ஒதுங்கிக் கொண்டாள். தேவராஜ சேனாதிபதி அவர்கள் இருவர் எதிரிலும் நாற்காலியை இழுத்துப் போட்டுக் கொண்டு அமர்ந்தார்.

''மாமா... உங்களுக்கு எல்லாம் தெரியுமா? எப்படி மாமா?'' அவரைக் கேட்கத் தொடங்கினாள் சுசீலா.

''எந்த டாக்டர் உனக்கு எல்லா விஷயத்தையும் செ ான்னாரோ, அந்த டாக்டர் எனக்கும் சொல்லி விட்டார். என் நண்பரின் மருமகள்தான் அந்த டாக்டர்...'' என்று பதிலைத் திரும்ப எழுதிக் காண்பித்தார் அவர்.

“ஓ... சரி மாமா, உங்க பேச்சைக் கேக்கணும்னு சொன்னீங்களே... என்ன மாமா அது?''

பதிலுக்கு தேவராஜ சேனாதிபதி, ராஜேந்திரனைப் பார்த்தார். அவன் அவரை எதையும் சொல்லாதீர்கள் என்பது போன்ற பாவனையுடன் பார்த்தான்.

''புரியுது ராஜேந்திரா. எதையும் சொல்லாதேங்கறே.... ஆனா அது நான் உனக்குச் செய்யற துரோகமாயிடும். நான் சொல்ல வேண்டியதைச் சொல்லிடறேன்.

கேட்கறதும் கேட்காததும் உன் இஷ்டம்..." என்று திரும்ப எழுதிக் காட்டியவர், தான் சொல்ல வேண்டியதை ஒரு பெரிய பேட் எடுத்து எழுதத் தொடங்கவும், அவர் கையைப் பிடித்துத் தடுத்த ராஜேந்திரன், "நீங்க, சிரமப்பட வேண்டாம். நானே சொல்லிடறேன்..." என்றபடி சுசீலாவைப் பார்த்தான். அவளிடம் பலத்த அலமலப்பு.

"நீங்க போங்க. நான் சொல்லிக்கறேன்..." என்று அவரை அவன் போகச் சொல்லவும் அவர் மறுத்து 'என் எதிரிலேயே சொல்' என்று சைகையில் கூறினார். அவன் சற்றுப் பெருமூச்சு விட்டான். அப்படியே கைகளை முறுக்கிப் பிசைந்து கொண்டான்.

"சுசீ... நீ அம்பலவாண தேசிகர்ங்கறவரைப் பற்றி கேள்விப் பட்டிருக்கியா?" என்று ஆரம்பித்தான். அவள் மறுப்பாகத் தலையசைத்தாள்.

"கேள்விப்பட்ட தில்லையா? பெரிய சக்தி உபாசகர்..."

"சக்தி உபாசகர்ன்னா...?"

"அதுகூட தெரியாதா?"

"தெரியாததாலதானே கேக்கறேன்..."

"நம்ம டி.வி நிகழ்ச்சியில சக்திதாசன்னு ஒருத்தரைப் பார்த்தே தானே?"

"ஆமா...."

"அவரை மாதிரிதான் இந்த அம்பலவாண தேசிகர்."

"சரி, அவருக்கென்ன?"

"அவர் யாரோ இல்லை. என் பாட்டன்மார்ல ஒருத்தர்..."

"பாட்டன்மார்ன்னா...?"

"மண்ணாங்கட்டி. என் தாத்தாவுக்கும் தாத்தா. இப்ப புரியுதா?"

"ஓ... அப்ப நீங்க இப்ப ஐந்தாவது தலைமுறையா?"

''இதையாவது சரியாச் சொன்னியே...''

''சரி, அவருக்கென்ன? அதைச் சொல்லுங்க முதல்ல...''

''அந்த அம்பலவாணத் தாத்தாவுக்கு பல மொழிகள் தெரியும். அதனால அவரை 'த்வைபாஷி'ங்கற துபாஷ்ன்னும் சொல்வாங்க.''

''துபாஷ்... இந்த விக்ரம்ங்கற சினிமால ஜனகராஜ் கூட துபாஷா வருவாரே... அப்படித்தானே?''

''அப்படியேதான்...''

''சரி, விஷயத்துக்கு வாங்க...''

''அவர்கிட்ட ஒரு நாள் ஒரு பாளையக்கார வாரிசு ஒருத்தன் செப்புப் பட்டயம் ஒண்ணைக் கொண்டுவந்து அதைப் படிச்சு அர்த்தம் சொல்லச் சொன்னான். ஏன்னா, அது சமஸ்க்ருத மொழில் இருந்தது.''

''பாளையக்கார வாரிசா.?''

''ஆமாம். விரிவாச் சொன்னாத்தான் உனக்கும் புரியும். மதுரையை நாயக்கர்கள் ஆட்சி செய்தப்ப இந்தத் தென்பகுதியை 72 பாளையங்களாப் பிரிச்சு ஆட்சி செய்தாங்க. அதுல ஒரு பாளையம்தான் கட்டபொம்மனோட பாஞ்சாலங்குறிச்சி. அந்த மாதிரி பாளையம்தான் அவனோட திருமலைக்குறிச்சி பாளையம். பாளையக்காரர்கள் சிற்றரசர்கள் மாதிரி. இந்தத் திருமலைக் குறிச்சி பாளையக்காரர் பேர் வீர நரசிம்மன். இவரோட குலதெய்வம் பேர் நீல சரஸ்வதி!''

''நீல சரஸ்வதியா? சரஸ்வதின்னாலே வெள்ளைப் புடவை, வெள்ளைத் தாமரைதானே?''

''அது வேற... ஆதியில நீல சரஸ்வதி வழிபாடுதான் பிரதானமா இருந்தது. அந்த நீல சரஸ்வதிதான் திருமலைக் குறிச்சி பாளையக்காரருக்கான குலதெய்வம். இந்தப் பாளையக்காரர் இந்த நீல சரஸ்வதியை தங்கத்துலயே

செய்து அதுக்கு வைரக் கிரீடம்லாம் போட்டு தினமும் பூஜை செய்வாராம்...''

''ஏதோ செப்புப் பட்டயம்னு சொல்லிட்டு வெளியே போய்ட்டீங்களே?''

''சொல்றேன். திருமலைக்குறிச்சி பாளையக்காரர் இந்த நீல சரஸ்வதியோட 100 தோலா தங்கமும் வெச்சிருந்தாராம். அப்ப வெள்ளைக்காரங்க பாளையக் காரர்களை வரி கட்டச் சொல்லி வற்புறுத்தின காலம். கட்டபொம்மன் வரிகட்ட மறுத்ததால அவரை தூக்குலயே போட்டுட்டாங்க. அப்படியே கட்டபொம்மன் கஜானா வையும் வெள்ளைக்காரங்க கொள்ளையடிச்சிட்டாங்க. இதைக் கேள்விப்பட்ட திருமலைக்குறிச்சி பாளையாதி பதியான வீர நரசிம்மன் தன் வசம் இருந்த தங்கத்தோட, தான் தங்கத்துல செஞ்சு வெச்சிருந்த நீல சரஸ்வதி சிலையையும் ஒரு ரகசிய இடத்துல ஒளிச்சு வெச்சிட்டார்.

அந்த இடத்தைப் பற்றின குறிப்பைத்தான் அவர் செப்புப் பட்டயத்துல சமஸ்க்ருத மொழில எழுதியும் வெச்சிருந்தார். வெள்ளைக்காரன் அவரைப் பிடிச்சு சித்ரவதை செய்தும் அவர் தங்கத்தையும், நீல சரஸ்வதி யையும் பற்றி எதுவும் சொல்லலை. அதேசமயம் அவரையும் வெள்ளைக்காரத் துரை தூக்குல போட்டுட் டான்.

அதுக்குப் பிறகு வந்த வீரநரசிம்மனோட பேரன் கைல அந்தப் பட்டயம் கிடைச்சது. ஆனா, சமஸ்க்ருதம் படிக்கத் தெரியாததால், சமஸ்க்ருதம் படிக்கத் தெரிஞ்ச யார் கிட்டயாவது காட்டி என்னன்னு தெரிஞ்சிக்க ஆசைப்பட்டப்பதான் என் கொள்ளுத்தாத்தா அம்பல வாண தேசிகர் பற்றி அந்தப் பேரனுக்குத் தெரிய வந்தது. அவனும் பட்டயத்தோட வந்து தாத்தாவைப் பார்த்து, இதைப் படிச்சு சொல்லுங்கன்னான்...

இந்திரா சௌந்தர்ராஜன் 145

என் தாத்தாவும் படிச்சார். படிச்சவர் அப்படியே திகைச்சுப் போயிட்டார். அதுல தங்கத்தோட நீல சரஸ்வதி சிலை இருக்கற இடம் அவருக்குத் தெரிஞ்சது. அதேசமயம் அவருக்குள்ள ஒரு பேராசையும் உண் டானது. ஏன்னா அவரும் ஒரு சக்தி உபாசகர்ங்கறதால அந்த நீல சரஸ்வதி சிலையை அவர் அடைய விரும்பினார்.

இந்தத் தங்கம், சிலை இரண்டையும் தான் அடைய ஆசைப்பட்டவர், அந்தப் பட்டயத்துல இருக்கறது சாதாரண ஒரு தியான மந்திரம்னு சொல்லி, அந்த வீர நரசிம்மன் பேரனை திசை திருப்பிட்டார். பட்டயத்தையும் அழிச்சிட்டார்.

அதேவேளை அந்தப் பட்டயத்துல உள்ளபடி ரகசிய இடத்துக்குப் போய் தங்கத்தையும் சிலையையும் கொண்டு வந்துட்டார். அதுக்குப் பிறகு வீரநரசிம்மன் பேரன் சந்தேகப்பட்டு என் தாத்தாகிட்ட வந்து, 'நீங்க எனக்குத் துரோகம் பண்ணிட்டீங்க'ன்னு சொல்லி கதறினானாம்.

தாத்தாவோ எனக்கு எதுவும் தெரியாதுன்னு சாதிச்சார். அப்ப அவன் அம்மாவும்கூட வந்திருந்தாங்க. 'தங்கத்தை நீங்களே வெச்சுக்குங்க. அந்த நீல சரஸ்வதி சிலையை மட்டுமாவது தயவுசெய்து கொடுத்துடுங்க, அது எங்க குலதெய்வம்னு அழுதாங்களாம். ஆனா, தாத்தா அடியோட மறுத்துட்டார். எனக்கு எதுவுமே தெரியாதுன்னும் சொல்லிட்டாராம். அவங்க கால்ல கைலல்லாம் விழுந்து கதறினாங்களாம். என் தாத்தா அசரவே இல்லை. அப்பத்தான் அந்தம்மா ஒரு சாபம் கொடுத்தாங்களாம்.

'நீ ஒரு படிச்ச பண்டிதன். பல பாஷை தெரிஞ்சவன். ஆனாலும் திருடன். எப்ப எங்க குலதெய்வத்தையே திருடினியோ, அந்தக் குலதெய்வமே உனக்குக் கூலி

தரும். உன் பரம்பரைல யாருக்கும் படிப்பு வராது. வந்தாலும் அதைப் பயன்படுத்தி பேச முடியாது. எவ்வளவு செல்வம் இருந்தாலும் நிம்மதி சுத்தமா இருக்காது'ன்னு சொல்லிட்டு அப்படியே கீழ விழுந்து உயிரை விட்டுட்டாங்களாம்.

ஆனாலும், தாத்தா அதைப் பார்த்துக் கலங்கலை. ஆனா நாளாவட்டத்துல அவருக்கு வாத நோய் வந்தது. அதுவும் முகவாத நோய். அதுல அவருக்கு பேச்சு போச்சு. அப்பதான் அவருக்கு சாபத்தோட சக்தி தெரிஞ்சது. அந்த நேரத்துல அவர் மகனுக்குப் பிறந்த குழந்தைக்கு அஞ்சு வயசு. ஆனா, அந்தக் குழந்தை ஒரு பிறவி ஊமைங்கறது போகப்போகத்தான் தெரிஞ்சது. அந்த ஊமைக் குழந்தையோட பிள்ளைதான் இந்தச் சித்தப்பா. இவரும் வாய்பேச முடியாத ஒரு ஊமை. அடுத்த தலைமுறை நான்...

நான் இந்த சாபக் கதையை எல்லாம் நம்பலை. ஏதோ ஒரு கரு ஊனம், அதாவது ஜீன் கோளாறுதான் இதுக்குக் காரணம்னு நினைக்கறேன்.

இப்போ அதுதான் இப்ப நம்ம குழந்தைக்கும் வந்துருக்கு.''

ராஜேந்திரன் அந்த சாப வரலாற்றை ஒரு மாதிரிச் சொல்லி முடித்தான். அவனைக் கூர்மையாகப் பார்த்த படியே இருந்தார் தேவராஜ சேனாதிபதி.''

சுசீலாவோ 'இப்படிக் கூடவா நடக்கும்?' என்பது போல் மலைத்துப் போயிருந்தாள்.

06

நீல சரஸ்வதிக்கு தாரா என்றும், பவதாரிணி என்றும் கூட மாற்றுப் பெயர்கள் உண்டு. இவளே 'காமாக்யா'வும் ஆவாள்.

இவள் எட்டு யோகினிகளால் சூழப்பட்டவள். 'மகா காளி, ருத்ராணி, உக்ரா, பீமா, பிரமாரி, கிரா மகாராத்ரி, பைரவி' ஆகியோரே இவளைச் சூழ்ந்து நிற்கும் அஷ்டமா சக்திகளாவர். இவளை நெருங்கிட அந்த அஷ்டமா சக்திகளின் அனுமதியும் உதவியும் தேவை.

எனவே, ஒரு சாதகன் இவள் அருளைப் பெற இந்த அஷ்டமாதேவிகளை வணங்கி இவர்கள் உதவியைக் கோருவது முதல் நிலையாகும்.

இவள் அருள் கிடைத்து விட்டதற்கான சான்று கனவில் இவள் பிணத்தின் மீது நின்ற நிலையில் காட்சி தருவாள்.

இவள் அருள் பெற்றிட உற்ற குருவின் வழிகாட்டல் மிக முக்கியம். ஒருவர் தனித்த முறையில் எவ்வளவு முயன்றாலும் இவளை நெருங்க முடியாது!

தேவராஜ சேனாதிபதி எதைச் சாபம் என்று குறிப்பிட்டாரோ, அதை ராஜேந்திரன் ஜீன் என்கிற மரபணுக் கோளாறு என்று சொன்னது அவரை மிக பாதித்திருந்தது.

''மரபணுக் கோளாறுதான் காரணம். ஆனால், அந்தக் கோளாறு மிகச்சரியாக அந்தத் தாத்தாவிடம் இருந்து மட்டும் எப்படித் தொடங்க முடியும்? அவர் செய்தது தவறில்லையா? தவறுக்குத் தண்டனை உண்டுதானே?'' என்று எழுதிக் காட்டி, அதை சுசீலா முன் நீட்டினார். சுசீலா அதை அப்படியே ராஜேந்திரனிடம் காட்டினாள்.

அவன் அதைப் படித்துவிட்டு அவரை ஒரு மாதிரிப் பார்த்தான்.

''சித்தப்பா... இப்ப இதை எல்லாம் சொல்லத்தான் வந்தீங்களா? சரி, சாபம்னே வெச்சுப்போம்... அதுக்குப் பயந்துகிட்டு பிள்ளை பெத்துக்காம இருக்கச் சொல் றீங்களா?'' என்று நறுக்காகக் கேட்டான். அவர் மறுப் பாகத் தலையை ஆட்டினார்.

"பின்ன எதுக்கு வந்து இப்படிக் குட்டையைக் குழப்பறீங்க? நான் இதெல்லாம் எதுவும் சுசிக்குத் தெரியத் தேவையில்லைன்னு நினைச்சேன். ஏன்னா இதை எல்லாம் நான் நம்பத் தயாரில்லை. அதுக்கு இன்னொரு காரணமும் இருக்கு. என் தலைமுறைல நான் நல்லாத்தானே இருக்கேன்?" அவன் சரியாகத்தான் கேட்டான்.

"இல்லை... உனக்கு முன்னால ஒரு குழந்தை கருவிலேயே அழிந்து விட்டது. அதற்கும் கழுத்தே இல்லை..." என்று வேகமாக எழுதிக் காட்டினார் சித்தப்பா.

"நான் இப்ப நல்லா இருக்கேன்தானே?"

"ஆனா, உன் வாரிசு பாதிக்கப்பட்டுடிச்சே?"

"அதை டாக்டர் மரபணுக் கோளாறுன்னுதான் சொன்னார். சாபத்தாலன்னு சொல்லலை... சாபம், வரம் இது எல்லாம் ஒரு கற்பனை. இதெல்லாம் உண்மையா இருந்தா இன்னிக்கு எவ்வளவோ பேர் சீரழிஞ்சுகிட்டு இருக்கணும். ஒரு நாளைக்கு சராசரியா 600 சின்னப் பசங்க பிச்சை எடுக்கறதுக்காகக் கடத்தப்படறாங்க. ஒரு நாளைக்கு 80 பேர் புருஷன் கொடுமையால் தற்கொலை செய்துக்கறாங்க. ஒரு நாளைக்குச் சராசரியா 2400 தாலிச் சங்கிலிப் பறிப்பு இந்திய அளவுல நடக்குது.

இந்தக் குற்றங்கள்ல ஈடுபட்டவங்க அவ்வளவு பேரும் உலகமகா கிரிமினல்கள். இவங்களால பாதிக்கப் பட்டவங்க வயிறு எப்படி எரிஞ்சிருக்கும்? அப்படின்னா இவங்கல்லாம் எவ்வளவு தூரம் பாதிக்கப்பட்டிருக்கணும்? ஆனா இவங்கதான் இன்னிக்கு இந்த உலகத்துல கார், பங்களான்னு நல்லா இருக்காங்க. கொஞ்சமாவது பகுத்தறிவோட யோசிங்க..."

நரம்பு புடைக்க புள்ளி விபரங்களைப் பட்டியல் போட்டான் ராஜேந்திரன்.

''அப்ப, பாவம் புண்ணியம் எல்லாம் பொய்யா?'' சுசி இடையிட்டுக் கத்தினாள்.

''அது எனக்குத் தெரியாது. என் வரைல சாபம்ங்கறதே ஒரு கற்பனை. ஆனா, ஒரு சாபம் தலைமுறைகளைத் தொடர்ந்து பாதிக்கும்ங்கறதுக்கல்லாம் சான்ஸே இல்லை. ஏன்னா, இது உடல் கோளாறு. ஒரு தாய் தந்தையோட மரபணு கிடையாது. வெவ்வேறு தாய்தான் பிள்ளை பெக்கறா. இப்ப நீயே இருக்கே... என் பரம்பரை வேற, உன் பரம்பரை வேற. யோசிச்சுப் பார். சான்ஸே இல்லை...''

ராஜேந்திரன் மிக தீர்க்கமாகவே பேசினான்.

''பெண் வெளியே இருந்து வருபவள். பரம்பரைங் கற அவள் கோத்ரம் வேறயா இருக்கலாம். ஆனாலும் ஒரு பெண்ணோட சுரோணிதம் வாரிசுகளைத் தீர்மானிப்ப தில்லை. ஆணோட சுக்லம்தான் தீர்மானிக்குது. இது தெரியாதா உனக்கு?'' என்று சித்தப்பா திரும்ப எழுதிக் காட்டினார்.

''மாமா... இவர் கிடக்கறார். நான் உங்க பேச்சைக் கேட்கறேன். எனக்கு என் குழந்தை நல்லபடியாப் பிறக்கணும். அதேசமயம். அன்னிக்கு அவங்க சாபத்தால பாதிக்கப்பட்டதையும் சரி செய்யணும். அந்த தங்க நீல சரஸ்வதி இப்ப எங்க இருக்கு? அதைத் திரும்ப அந்தக் குடும்பத்துகிட்ட கொடுத்து கால்ல விழுந்து மன்னிப்புக் கேட்க நான் தயாரா இருக்கேன். நீங்க போங்க... போய் உங்க சாட்லைட் சேனலைக் கட்டிக்கிட்டு அழுங்க...'' என்று சுசீலா தன் தீர்மானத்தையே பதிலாகக் கூறி முடித்தாள்.

ராஜேந்திரன் தலையில் அடித்துக் கொண்டான். ''நீ இல்லாத ஊருக்கு வழி தேடறே. இது எதுவும் நடக்கப் போறதில்ல. பயமும் பணமும்தான் விரயமாகப் போகுது...'' என்றவன், சித்தப்பாவைப் பார்த்து மிகக்

கோபமாக, "இப்ப உங்களுக்குத் திருப்தியா?" என்று கேட்டான்.

அவர் பதிலுக்கு அலட்சியமாகச் சிரித்தார்.

திருநீர்மலைக் கோவில்!

தேவராஜ சேனாதிபதியும் சுசீலாவும் பெருமாளை அர்ச்சனை செய்து வழிபட்டுவிட்டு வெளியில் வந்து மலைப்படிகளில் அமர்ந்தனர்.

"மாமா, நீங்க சொன்னபடி உங்ககூட இந்தக் கோயிலுக்கு வந்துட்டேன். அடுத்து என்ன செய்யப் போறோம்?"

அவள் கேட்ட கேள்விக்கு அவர் தன் வழக்கப்படி ஒரு காகிதத்தில் எழுத ஆரம்பித்தார்.

"நாம் இப்ப நேரா மெரீனா பீச்சுக்குப் போய் அங்க கடல் அலை கால்லபட ஒரு பத்து நிமிஷம் நிக்கணும்..." என்றார்.

"என்ன மாமா இது... கடல் அலைல நிக்கணுமா?"

"ஆமாம். மலையில் தொடங்கற ஒரு ஆரம்பம் கடல்ல முடியணும். மலை உயரமானது... கடல் ஆழ மானது. நாம செய்யப் போற காரியமும் ரொம்ப உயர்ந்தது. ஆழமான அர்த்தம் உடையது. இது ஒரு பொருத்தம்.

அடுத்து, பிரபஞ்ச சக்தின்னு ஒண்ணு இருக்கு. அது மலை முகடுல மிக அதிகம். அதனாலதான் மலைக் கோவில்களுக்கும் மதிப்பு. ஆகையால மலைமேல அமர்ந்து மனதை ஒருமுகப்படுத்தி ஒரு காரியத்துல இறங்கறது நல்லதுன்னு என் குருவான உபாசகர் ருத்ரமூர்த்தி சொல்லியிருக்கார். இப்ப நாம இங்க வந்ததுக்குக் காரணமும் அவர்தான். இங்க தொடங்கின ஆரம்பம் ரொம்பக் கூர்மையானது. இது சமுத்திரத்தை அடையவும் ஆழமாவும் மாறும். கடலோட பிரபஞ்ச

சக்தியும் எல்லையில்லாதது. அதை அங்க நின்னு சுவாசம் மூலமா நாம நமக்குள்ள நிரப்பிக்கறோம். அதுக்குப் பிறகு நாம் இறங்கற காரியம் நிச்சயம் வெற்றியிலதான் முடியும்..." என்று அவள் கேள்விக்கான பதிலை எழுதிக் காண்பித்தார்.

சுசீலா ஆச்சர்யத்தை முகத்தில் பிரதிபலித்தாள்.

"அப்ப இப்பவே கிளம்புங்க. ஆமா... அந்த உபாசகர் எங்க இருக்கார்?" படிகளில் இறங்கத் தொடங்கியபடியே கேட்டாள். அவரும் ஜாடையிலேயே 'சொல்றேன், சொல்றேன்' என்றவர், தன் பையில் இருந்து ஒரு சிறு கையேடு போல அச்சடித்த புத்தகம் ஒன்றை எடுத்துத் தந்தார்.

அந்தக் கையடக்கப் புத்தகத்தில் உபாசகர் ருத்ர மூர்த்தியின் படம் அட்டையிலேயே இருந்தது. மேலே ஸ்ரீஸ்ரீ மேரு பீடம். என்றிருந்தது. ஒரு ஸ்ரீ யந்திரப் படமும் இடம் பெற்றிருந்தது. அட்டையைக் கடந்து உள்ளே சென்று பார்த்தாள். அந்த மேரு பீடம் மேற்குத் தொடர்ச்சி மலைக் கூட்டத்தில் வாசுதேவநல்லூர் என்கிற ஊரை ஒட்டிய தலையணை அருவிக்கு மேல் காட்டுக்குள் இருப்பது தெரிந்தது.

"இவர்தான் அந்த உபாசகர் ருத்ரமூர்த்தியா?" என்று படத்தைக் காட்டிக் கேட்டாள். அவர் ஆமோதித்தார்.

"நாம இவரைப் பார்க்கப் போறோமா?" என்று அடுத்துக் கேட்டாள். அவர் தலை பதிலுக்கு ஆடியது.

"இந்த வாசுதேவநல்லூர், தலையணை அருவி இதெல்லாம் எங்க இருக்கு?"

பதிலுக்கு அவர் அந்தக் கையேட்டைக் காட்டினார். அதில் குற்றாலத்துக்கு அருகில் என்கிற குறிப்பு இருந்தது.

"என் வீட்டுக்காரர் அவ்வளவு தூரம் அனுப்பச் சம்மதிப்பாரான்னு தெரியலியே மாமா..." என்று இழுத் தாள். அவர் முகம் வேகமாக மாறியது. "நீ கட்டாயம்

வந்துதான் தீரணும்'' என்று முகபாவனைகளால் சைகை காண்பித்தார்.

''அவரைப் பார்த்து என்ன செய்யப் போறோம்?'' என்ற அவள் கேள்விக்கு, ''அவரே உரிய வழியைக் காட்டுவார்.'' என்று சைகையில் கூறினார்.

அப்படியே, ''நான் உன்னை அழைத்துச் செல்வது உனக்காக மட்டுமல்ல... எனக்காகவும்தான்.'' என்று மலைப்படிகளில் ஒரு ஓரமாய் அமர்ந்து எழுதிக் காட்டினார்.

அப்போது அவள் கைபேசியில் சிணுங்கல். டாக்டரிடம் இருந்துதான் அழைப்பு.

''சுசீ....''

''யெஸ் டாக்டர்.''

''என்ன முடிவெடுத்திருக்கேம்மா. நான் இங்க தியேட்டரை ரெடி பண்ணிடட்டுமா?''

''இல்ல டாக்டர். அபார்ஷனுக்கு நான் தயாரில்ல...''

''இது தப்பான முடிவு சுசீ. குழந்தை வளர்ந்துட்டா வெரி காம்ப்ளிகேட்டிவ்...''

''எனக்கு என் குழந்தை நல்லபடியா பிறக்கும்ங்கற நம்பிக்கை இருக்கு டாக்டர்...''

''வெரி ஸாரி... சான்ஸே இல்லை. இட்ஸ் வெரி க்கரிட்டிகல்.''

''ஸாரி டாக்டர்... நான் கடவுளை நம்பறேன். ஏற்கனவே என் ஃபேமிலில நிறைய பாவங்கள் செய்திருக்காங்க. நானும் இந்தக் கொலை பாதகத்தைச் செய்ய விரும்பலை.''

''இது கொலையில்ல... அந்தக் குழந்தைக்கு நீ செய்யற உதவி.''

''ப்ளீஸ் டாக்டர்... வற்புறுத்தாதீங்க. விட்றுங்க. எது நடந்தாலும் அதைச் சந்திக்க நான் தயார்.''

போனைப் பேசிய வேகத்தில் கட் செய்தாள். தேவராஜ சேனாதிபதி அவளை பதிலுக்குக் கட்டை விரலைக் காட்டி புன்னகையோடு பார்த்தார்.

மலைப்படிகளைக் கடந்து காரில் ஏறி அமர்ந்தாள். மாமாவிடம் கேள்விகளாய்க் கேட்பது சற்றுச் சிரம மாகவும் எரிச்சலாகவும்கூட. இருந்தது. வேறு வழி யில்லாததால் பேசத் தொடங்கினாள்.

''மாமா... இப்ப அந்த நீல சரஸ்வதியோட தங்கச் சிலையும் தங்கமும் எங்க இருக்கு? யார் அதை வெச்சிருக்கா?''

அவரும் எழுத்தாலேயே பதில்கூறத் தொடங்கினார்.

''அது இப்ப நம்ம சிங்கபுரம் ஜமீன் பங்களாவுலதான் இருக்கு. நூறு தோலா தங்கத்தை நகையாக்கி வித்தும் என் தாத்தா காசாக்கி, அதுலதான் ஜமீன்தாருக்கு உண்டான அந்தஸ்தையே அடைஞ் சார். நீல சரஸ்வதி விக்ரகத்தை அவர் ஒரு பெட்டியில வெச்சு அதை உக்ராண அறையில வெச்சு, கதவைச் சாத்தி பூட்டிட்டார். அதைத் திறந்து அந்தச் சிலையை வெளிய எடுத்து பூஜிக்க யாருக்கும் தைரியமில்ல. அப்படிச் செய்தா அந்த பூஜை செய்த வங்க படுத்த படுக்க ஆயிட்றாங்க. அதனால பல தலைமுறையா அது ஜமீன் பங்களா உக்ராண அறையிலதான் இருக்கு...

''பூஜை பண்ணாம எப்படி உடல்நலம் பாதிக்கும்? விசித்ரமா இருக்கே...''

''அங்கதான் நீ அந்த விக்ரஹத்தோட சக்தியைப் புரிஞ்சுக்கணும். அது பாளையக்காரர்களோட குல தெய்வம். அவங்களுக்குத்தான் அந்த தெய்வத்தை எப்படி வணங்கணும்னு தெரியும். அந்தத் தெய்வத்துக்கு பூஜையைவிட பக்தியும், சத்தியமும் முக்கியம். என் தாத்தாகிட்டதான் அது இல்லாமப் போச்சே? அதனால எங்க சார்புல யார் போய் அதை பூஜித்தாலும் அந்த

பூஜை நிறைவேறாமலே போய், எதிர்வினைகள் தொடங்கிடுது. இதுக்கு எது நிரந்தரத் தீர்வுன்னு நான் என் குருகிட்ட கேட்டேன். அப்ப அவர்தான் எனக்கு ஒரு வழியைக் காட்டினார். நீல சரஸ்வதி நாமாவளியைத் தினமும் என்னை ஜெபிக்கச் சொன்னார். அப்படி நான் ஜெபிக்கும்போது உடல் உஷ்ணமாகி கொப்பளங்கள் வந்தது. இருந்தாலும் விடாம ஜெபிக்கச் சொன்னார். இதோட பலன் உங்க குடும்பத்துக்கு, உங்க இன சம்மந்தமில்லாதபடி வேற குலத்துல இருந்து ஒரு பெண் மருமகளா வாழ்க்கைப்பட்டு வருவா. அப்படி வரப்போற பொண்ணால உங்க குடும்ப சாபம் நீங்கும். அதுவரை பொறுமையா இரு. அந்தப் பெண்ணோட நீ என்னை வந்து பார்ப்பே. அப்படி ஒரு சூழ்நிலையும் உண்டாகும்ன்னு சொன்னார். இதோ, இப்ப அந்தச் சூழ்நிலைலதான் நானும் நீயும் இருக்கோம்."

மாமா தேவராஜ சேனாதிபதி எழுதிக் காட்டியது சுசீலாவைப் பிரமிக்க வைத்துவிட்டது.

07

எந்த ஒரு ஊருக்கும் நேர்வழிகள் இருப்பதுபோல் குறுக்கு வழிகளும் இருக்கும். அதேபோல் பிரபஞ்ச சக்தியில் நீல சரஸ்வதியின் சக்தியை அடையவும் குறுக்கு வழி உண்டு. ஆனாலும், இந்த வழிகளில் ஒரு சாக்தன் எக்காரணம் கொண்டும் செல்லக் கூடாது. குறுக்கு வழிகளில் வராதவனுக்கே அவளருளும் நிரந்தரமாகிறது.

நீல சரஸ்வதிக்கான பிரார்த்தனையும் வழிபாடுகளும் மிகப் பிரத்யேகமானவை. அதை ஒரு குரு மூலமாகவே அறிந்திட முடியும்.

இப்பிறப்பில் நாம் மேலான ஞானம் பெற்றிட அவளருள் முக்கியம். அந்த அருள் மட்டும் கிடைத்து விட்டால் கல்வி,

இசை, ஓவியம், விளையாட்டு, பேச்சு, திட்டமிடுதல், எதிலும் வெற்றி பெறுதல் என்று சகலமும் சித்தியாகி விடும்.

நீல சரஸ்வதியின் அருள் பெற்ற ஒருவன் உலகம் உள்ள அளவும் சிந்திக்கப்படுவான். அதற்கு உதாரணமே வியாசன், காளிதாசன் போன்றோர்!

மெரினா எப்போதும் போல் ஏராளமான மனிதர்களோடு விரிந்து கிடந்தது. சுண்டல், வடை, முறுக்கு என்கிற சிறுதானிய வணிகத்தை சமீபத்திய சாட் ஐட்டம்ஸ் விழுங்கி ஏப்பம் விட்டிருந்தது.

பூமியில் கிடைத்த கடலையைக் கொரித்தபடியே காதலியோடு பல காதலர்கள் கடலை போட்டுக் கொண்டிருந்தனர். படகுகளின் மறைவிடங்களில் சிருங்கார ரசம் பொங்கி வழிந்தோடிக் கொண்டிருந்தது.

சீறிப் புரண்டு வரும் அலைகள் கரையேற முயன்ற முயன்று தோற்றுக் கொண்டிருக்க, சுசீலாவும் மாமா தேவராஜ சேனாதிபதியும் அந்த அலைகள் காலைக் கழுவும் விதத்தில் நின்றபடி இருந்தனர்.

மாமா கை கூப்பி பிரார்த்தனை செய்தபடி இருந்தார். உருக்கமான பிரார்த்தனை. சுசீலா அவர் கண்களில் கண்ணீர், திரண்டு உருள்வதைப் பார்த்தாள். அவளும் மனதாரப் பிரார்த்தித்துக் கொண்டாள்.

அடுத்த உபாசகர் ருத்ரமூர்த்தி சந்திப்பு, பின் ஜமீன் பங்களா நோக்கிப் பயணம், அங்கே உள்ள பெட்டிக்குள் கிடக்கும் நீல சரஸ்வதி எப்படி இருப்பாள்? அவளின் சீற்றம் எப்போது அடங்கும்? எதனால் அடங்கும்? கேள்விகள் எழும்பி நின்றன.

காற்று புரட்டிப் போட்டு விடுவது போல் வீசிற்று. கண்ணுக்குத் தெரிந்த தூரம் நீர், காற்று, ஆகாயம் மட்டுமே! தங்குதடையற்ற கடல் வெளி. இந்த உலகில் என்னைவிட பெரிதாக எதுவும் இருந்துவிட முடியாது

என்பதுபோல அந்த நீலப் பெருவெளி சுசீலாவுக்குக் காட்சி தந்து கொண்டிருந்தது.

பலமுறை கடற்கரைக்கு வந்துள்ளாள். ஆனால் இப்படி நுட்பமாக காலின் சக்தியை சிந்தித்ததில்லை. எல்லாவற்றுக்கும் எங்கிருந்தோ ஒரு தூண்டுதல் தேவைப் படுகிறது. இன்றைக்கு அவள் வரையில் தூண்டுதல் மாமா தேவராஜ சேனாதிபதி வடிவில் கிடைத்திருப்பது அவளுக்குப் புரிந்தது.

தன் வாழ்வும் முற்றாக மாறப் போவது போல் தோன்றியது. ராஜேந்திரன் ஜமீன் வம்சம். சுசீலாவோ பிராம்மண குலம். இருவரும் காதல் வயப்பட்டதெல்லாம் விதியின் விளையாட்டு என்றே கூறவேண்டும். சுசீலாவின் அப்பா நீலகண்டய்யர் ஒரு கோயில் குருக்கள். அதிலும் அம்பாள் சன்னதிக்கான குருக்கள். தினமும் லலிதா த்ரிசதி, லலிதா சஹஸ்ரநாமம், சௌந்தர்ய லஹரி என்று மந்திரங்களை இடைவிடாது சொல்பவர்.

சுசீலாவுக்கும் அவையெல்லாம் மனனம். பூஜை அறையில் பூஜிக்க அமர்ந்தால் இரண்டு மணி நேரம் இந்த மந்திரங்களை இடைவெளி விடாமல் கூறுவாள்.

இப்போதுகூட கடல்வெளியையே அம்பாளின் எல்லையில்லாத சக்தியாகப் பாவித்த லலிதா த்ரிசதியை சொல்லத் தோன்றி சொல்லத் தொடங்கினாள்.

அவள் வரையில் ஒரு சாபத்துக்கு எதிரான பரிகாரம் தொடங்கி விட்டது.

வீடு திரும்பியபோது ராஜேந்திரன் சேனலில் வேலை முடிந்து வந்திருக்கவில்லை. மாறாக அவன் உதவி யாளரிடம் இருந்து அவளுக்கு போன்.

''சொல்லு மூர்த்தி...''

''மேடம், கொஞ்சம் சீக்கிரமா காவேரி ஹாஸ்பிட லுக்கு வரீங்களா?''

''என்ன விஷயம்?''

''இங்க செட்ல ஷூட் பண்ணிட்ருந்தபோது சாருக்கு ஆக்சிடெண்ட் ஆயிடுச்சு.''

''ஆக்சிடெண்ட்டா? எப்படி?'' பதறத் தொடங்கி னாள் சுசீலா.

''அத எப்படிச் சொல்றதுன்னு தெரியல. போலீஸ் என்கவுண்ட்டர் பத்தித்தான் இன்னிக்கு டிபேட். என்கவுண்டர் ஸ்பெஷலிஸ்ட் அசிஸ்டெண்ட் கமிஷனர் கந்தப்பன்ங்கறவர் பேசும்போது துப்பாக்கியை எப்ப எடுப்போம், அப்ப எப்படி சுடுவோம்ங்கறதை டெமான்ஸ்ட்ரேட் பண்ணிக் காமிச்சார். அப்ப அவர் துப்பாக்கியை நம்ம சார் வாங்கிப் பாத்துருக்கார். முகத் துக்கு நேரா வெச்சுப் பார்க்கும்போது கை தவறி ட்ரிகராகி குண்டு தொண்டைல பாய்ஞ்சிடிச்சு.''

''மை காட்... என்ன மூர்த்தி, என்னவோ கை நழுவி ஒரு பொருள் விழுந்துட்ட மாதிரி சொல்றீங்க?''

''இல்ல மேடம். நடந்ததைத்தான் சொன்னேன். நல்ல வேளை... உயிருக்கு ஆபத்து இல்லை. இருந் தாலும் சார் இப்ப ஐசியுவிலதான் இருக்கார். நீங்க நேர்ல வாங்க. மற்ற விஷயங்களை நேர்ல பேசலாம்.''

மூர்த்தி போனை வைத்துவிட்டான். சுசீலா, தேவராஜ சேனாதிபதியைத்தான் அடுத்து கலக்கத்துடன் பார்த்தாள்.

''மாமா, எனக்கு எந்தப் பிரச்சனையுமில்ல, எல்லாம் ஜீன் ப்ராப்ளம்தான்னு சொன்னாரே... இப்ப அவரே அவருக்கு பிரச்னையை உண்டாக்கிகிட்டிருக்காரு.'' என்று போனில் கேட்டதைச் சொல்லி முடித்தாள்.

அவரிடமோ பதிலுக்கு ஓர் அழுத்தமான மௌனம்.

''என்ன மாமா... எதுவுமே சொல்லாம மௌன மாயிட்டீங்க?''

அவர் உடனே எழுதிக் காட்டினார். "நான் சொல்ல எதுவுமில்லை. விதி வேலை செய்யும்போது யாரும் எதுவும் செய்ய முடியாது. இனி அவன் உன்னைத் தடுக்க மாட்டான். நீ உன் குழந்தைக்காக மட்டுமல்ல, உன் புருஷனுக்காகவும் வேகமாகப் பரிகாரங்களைச் செய்தாக வேண்டும்..." என்கிற அவரின் வரிகள் அவர் கைகளைப் பற்றிக் கொண்டு அவளை விம்ம வைத்தது.

சட்டென்று ஆவேசம் வந்தவள் போல, "புறப் படுங்க மாமா. இனி ஒரு நிமிஷம்கூட நான் டயத்தை வேஸ்ட் பண்றதா இல்லை..." என்றபடி ஆஸ்பத்திரி நோக்கிப் புறப்பட்டாள்.

ஹாஸ்பிடல். 100வது வார்டு.

கழுத்தில் பெருங்கட்டோடு மூக்கில் ஆக்சிஜன் மாஸ்க் சகிதம் படுக்கையில் கிடந்தான் ராஜேந்திரன். தூர இருந்துதான்

அவனைப் பார்க்க விட்டார்கள்.

அவளைப் பார்க்கவும், டாக்டர் அவளைத் தன் அறைக்கு அழைத்துச் சென்றார். மாமாவும் உடன் சென்றார்.

"உக்காருங்க..."

"தேங்க்யூ டாக்டர். எப்படிங்க இருக்கார் என் கணவர்?"

"பயப்பட எதுவுமில்லை. நல்லவேளை... குண்டு உணவுக் குழாயைத் துண்டிக்கலை. பக்கவாட்டு வழியா வெளியேறிடிச்சு. வோகல் கார்ட்ங்கற பேசக் காரணமான பகுதி ரொம்பவே பாதிக்கப்பட்டிருக்கு. பேச்சு வரக் கொஞ்ச நாளாகலாம். வராமலும் போகலாம்..." அவர் சொல்லி முடிக்கும் முன்... "நோ சார்... அவர் சொத்தே அவர் குரலும் அவரோட மாடுலேஷனும்தான் டாக்டர்..." என்று பதறினாள் சுசீலா.

ஐநோ... ஐநோ... நானும் அவரோட ரசிகர்கள்ல ஒருத்தன்தாம்மா. அப்படியெல்லாம் விட்றுவேனா என்ன? இருந்தாலும் எது யதார்த்தமோ அதைச் சொல்லிடணுமில்ல?''

''அவர் எப்ப டாக்டர் கண் விழிப்பார்?''

''நிச்சயம் பத்து பன்னிரண்டு மணி நேரம் ஆகலாம். நடுவுல ஒரு மைனர் ஆபரேஷன் பண்ண வேண்டியதுமிருக்கு. நல்லவேளை, மிஸ்டர் ராஜேந்திர னுக்கு சுகர், பிபின்னு எதுவுமில்லை. அதனால் ஆபரேஷன் பண்ணா சீக்கிரம் குணமாயிடும். எப்படி யும் அவர் ஒரு வாரம் இங்க பெட்ல இருக்க வேண்டி யிருக்கும்.''

''ஒரு வாரத்திற்குப் பிறகு எல்லாம் சரியாயிடுமா?''

''ஆபத்து இல்லை. பேசறதப் பத்தி இப்ப எதுவும் சொல்ல முடியாது. பை த பை. அவர் இங்க வந்து அட்மிட் ஆனப்ப நல்ல விழிப்பு நிலைலதான் இருந்தார். லெட்டர் ஒண்ணை அந்த நிலையும் எழுதி என்கிட்ட கொடுத்து, நீங்க வந்தா கொடுக்கச் சொன்னார்...'' என்ற டாக்டர், அந்தக் கடிதத்தை எடுத்து அவள்முன் நீட்டினார்.

அவளும் வேகமாய் வாங்கி அவர் எதிரிலேயே பிரித்துப் படித்தாள்.

''மை டியர் சுசி!

நான் இப்போது அந்த சாபத்தை நன்றாக உணர்ந்து விட்டேன். விதி எப்படி வேண்டுமானாலும் வேலை செய்யும் என்பதற்கு நானே சாட்சி.

நீ சித்தப்பாவின் வழிகாட்டுதலில் என்ன பரிகாரம் செய்ய வேண்டுமோ அதை அவசியம் செய். நம் குழந்தை மற்றும் என் எதிர்காலம் எல்லாமே இப்போது உன் கையிலும், உன் முயற்சியிலும் மட்டுமே இருப்பதாக நான் நம்புகிறேன்.

ஆஸ்பத்திரியில் எனக்கு துணையாக இருந்து நேரத்தை விரயம் செய்யாதே. என்னை அழகம்மை பார்த்துக் கொள்வாள். நீ உடன் சித்தப்பாவுடன் புறப்படு.

நமக்கு இப்போது தேவை அந்த நீல சரஸ்வதி அருள்தான். கோ ஃபாஸ்ட்... ஆல் த பெஸ்ட்!

உன் அன்புக் கணவன்,

ராஜேந்திரன்..."

என்று எழுதியிருந்தான். அதைப் படித்த மாத்திரத்தில் கண்ணிலிருந்து நீர் வழிந்தது அவளிடம்.

"அழாதீங்க. நாங்க எங்களால மேக்சிமம் என்ன வெல்லாம் செய்ய முடியுமோ அவ்வளவும் செய்வோம்..." எனும்போது அழகம்மையும் அங்கு வந்துவிட, சுசீலா அழகம்மையின் கையைப் பிடித்துக்கொண்டு, "அம்மா, நான் வர்றவரை நீங்கதான் அவரைப் பார்த்துக்கணும்..." என்றாள்.

"இந்த நிலையில நீ எங்க போறேம்மா.?"

"எனக்கு வேற வழியில்ல... டாக்டர் கொடுக்கப்போற மருந்தெல்லாம் மேலுக்குத்தான். உள்ளுக்குள்ள ஒரு பெரிய தர்மக் கணக்கு ஓடிக்கிட்டு இருக்கும்மா. அந்தக் கணக்கை நான் நேர் செய்தாகணும்,"

"புரியற மாதிரி சொல்லு சுசி."

"அம்மா... எல்லாத்தையும் வந்து சொல்றேன். நடுவுல போன் பண்ணிக்கிட்டே இருப்பேன். பாத்துக் குங்க."

சுசி சொன்ன சூட்டோடு கிளம்பினாள். மாமாவும் அவளுக்குத் துணையாக மட்டுமின்றி, வழிகாட்டியாகவும் புறப்பட்டார்.

காரில் ஏறி அமர்ந்த நிலையில் சுசி கேட்டாள். "மாமா, நாம இப்ப முதல்ல எங்க போறோம்?

அவரும் உபாசகர் ருத்ரமூர்த்தியின் மேரு பீடத்திற்கு என்று எழுதிக் காண்பித்தார். காரும் அவர்களின் டிரைவர் சந்திரனின் இயக்கத்தில் சீறத் தொடங்கியது.

விழுப்புரம், திருச்சி, மதுரை, ராஜபாளையம், வாசுதேவநல்லூர் என்று பல ஊர்களையும் கடந்த அந்தக் கார், தலையணை அருவிக்கான பாதையில் சென்று, அருவியை ஒட்டி மலை மேலுள்ள மேரு பீட ஆஸ்ரமத்துக்குள் நுழைந்து நின்றது.

பச்சைப்பசேல் என்ற சூழல்! பலவிதமான பட்சிகளின் அலகு பிளந்த கூச்சல். ஆனாலும், அந்தக் கூச்சல் காதுகளுக்குப் பிடித்திருந்தது.

காரைவிட்டு இறங்கும்போதே காவி வேட்டி அணிந்து நெற்றியில் பெரும் வட்டக் குங்குமத்தோடு இருந்த ஒருவர் முன்வந்து நின்றார்.

அவர் தேவராஜ சேனாதிபதியைப் பார்த்து கைகுவித்து வணங்கினார். சேனாதிபதியும் பதிலுக்கு வணங்கினார். அவர் பார்வை சுசீலாவையும் அளந்தது. சேனாதிபதி அவளை வணங்கச் சொல்லவும், அவளும் வணங்கினாள்.

''நீங்கதான் சுசீலாவா?'' அவர் விசாரிக்கத் தொடங்கினார்.

''ஆமாம். என்னை உங்களுக்குத் தெரியுமா?''

''எனக்குத் தெரியாது. ஆனா, என் குருநாதருக்குத் தெரியும்.''

''மாமா சொன்னாரா?''

அவர் சொல்லத் தேவையே இல்லை. அவரை நோக்கி யார் வந்தாலும், அவருக்கு வர்றவங்களப் பத்தி எல்லாமே தெரிஞ்சிடும். அப்படி ஒரு மானச திருஷ்டி அவருக்கு...''

பேசியபடியே அவளை அழைத்துச் சென்றார். ஆசிரமம் பெரிதாகவே இருந்தது. அங்கங்கே சிறிது சிறிதாக சன்னதிகள். அவைகளுக்குள் பெண் தெய்வங்கள்! முகப்பில் அந்தத் தெய்வங்களின் பெயர்கள்.

"இந்த சன்னதியெல்லாம் அம்பாளுடைய அஷ்டோத்ர நாமாவளிக்கு உரியது. இப்படி இங்க நூறு சன்னதி இருக்கு. தினமும் இந்த சன்னதியில அபிஷேகமும், நைவேத்யமும் உண்டு" என்று சொல்லிக் கொண்டே ஒரு கட்டிடத்தக்குள் அவளை அழைத்துச் சென்றார்.

உள்ளே சில்லென்று இதமான சூழல்! தசாங்க வாசமும் மூக்கை நிரப்பி உடம்பிலும் ஓர் ஆனந்தப் பரவசம். அந்த உட்கூடம் பளிச்சென்று இருந்தது. மையமாக ஊஞ்சல் ஒன்று. அதன் மேல் உபாசகர் ருத்ரமூர்த்தி காவி வேஷ்டி, மார்பில் காவித் துண்டு சகிதம் தாடியைத் தடவியவாறு அமர்ந்திருந்தார். தலைக்கு மேல் கோபுரம் போல் தலைமுடியைக் கூம்பு போலாக்கிக் குவித்திருந்தார். முடி அவ்வளவும் சடை பிடித்திருந்தது. முகத்தில் தங்கத்தைக் குழைத்து மசித்துப் பூசியது போல ஒரே ஒளி. அதாவது தேஜஸ்!

நல்ல பெரிய வட்டக் குங்குமப் பொட்டு. அவரைப் பார்த்த மாத்திரத்தில் ஊஞ்சல் முன்னாலேயே விழுந்து வணங்கினார் தேவராஜ சேனாதிபதி.

"என்ன சேனாதிபதி... ஒரு வழியா இந்தப் பெண்ணைக் கூட்டிக்கிட்டு வந்துட்டே போலருக்கே?" என்று கேட்டார் உபாசகர். அவர் பார்வையில் ஆமோதிப்பு.

"கவலைப்படாதே. உன் கஷ்டமெல்லாம் தீரப் போற நாள் வந்தாச்சு..." என்றார் உபாசகர்.

அப்போது மிக வேகமாக, "என் அண்ணன் மகனும் இப்போதைய வாரிசுமான ராஜேந்திரனுக்கும் பேச்சு போய் விட்டது" என்று எழுதிக் காண்பித்தார்.

''தெரியும் சேனாபதி. பேப்பர்ல நியூசா வந்திடிச்சு. என்று பேப்பர் செய்தியைக் காண்பித்தவர், அமட்டலாய்ச் சிரித்தார். சுசி கண் கலங்கி விட்டாள்.

''ஸ்வாமி... மாமா என்னை இப்ப உங்ககிட்ட கூட்டிக்கிட்டு வந்ததுல எனக்கு ரொம்ப சந்தோஷம். ஒண்ணு மட்டும் நிச்சயம்... ஒரு பெரிய பரிகாரத்தை நான் செய்ய வேண்டியிருக்கு. அதுக்கு நீங்க வழிகாட்டுவீங்கன்னு நான் நம்பறேன்...''

''ஆமாம்மா. நீ அதுக்குத்தான் வந்திருக்கே. வந்தா நீ, உன்னோடதான் வரணும்னு நானும் சேனாபதி கிட்ட சொல்லியிருந்தேன். அதேமாதிரி உன்னோட வந்துட்டார்.''

''ஸ்வாமி, என் புகுந்த வீட்டு சாபக்கதையை முழுசாக் கேட்டேன். ஒரு குடும்பம் இதனால பெரிய அளவுல பாதிக்கப் பட்டிருக்கறது தெரிஞ்சது. அதோட விளைவா என் புகுந்த வீடும் பாதிக்கப்பட்டிருக்கு. இரண்டு புறமும் பாதிப்பு. இதை எப்படி சரி செய்யறது?''

''நீ முதல்ல ஒரு காரியம் பண்ணணும்...''

''என்ன ஸ்வாமி...?''

''அந்த பாளையக்காரக் குடும்பத்தைச் சேர்ந்தவங்களைச் சந்திக்கணும்.''

''அவங்க எங்க இருக்காங்கன்னு தெரியாதே...''

''சேனாபதிக்குத் தெரியும். செல்வச் செழிப்போட இருந்த அந்தக் குடும்பம் இப்பக் கொடுமையான வறுமைல இருக்கு. அந்தக் குடும்பத்தைச் சந்திச்சு நீ யாருங்கறதச் சொல்லி மன்னிக்கும்படி அவங்களைக் கேட்கணும். அவங்க நிச்சயம் மன்னிக்க மாட்டாங்க. சொல்லப் போனா உன்னைக் கழுத்தைப் பிடிச்சுக் கூடத் துரத்தலாம். அதை எல்லாம் மீறி அங்க இருக்கற ஒருத்தர்... குறிப்பா, அது பெண்ணா இருந்தா ரொம்பச் சிறப்பு. அவங்க உன்னை மன்னிச்சு, அதாவது, உன்

முன்னோர்களை மன்னிச்சு நீ தீர்க்க சுமங்கலியா இருன்னு ஆசிர்வாதம் செய்துட்டாப் போதும்.

இதைச் செய்து முடிச்சிட்டு வந்தாத்தான் உன்னால உங்களோட ஜமீன் பங்களாக்குள்ளயே நுழைய முடியும். இந்தச் சந்தர்ப்பத்துல நீ ஒரு காரியம் செய்யணும். உன்னை மன்னிச்சு ஏத்துக்கற பெண்ணோட கையால அவங்க கட்டிக்கிட்ட புடவையை கேட்டு வாங்கிக்கிட்டும் வரணும். அந்தப் புடவை இருந்தாத்தான் நீ உன் ஜமீன் பங்களாக்குள்ளயே நுழைய முடியும்.''

உபாசகர் ருத்ரமூர்த்தி சொன்னதை தேவராஜ சேனாதிபதியும் கேட்டுக்கொண்டு, சுசீலாவுக்குத் தீட்சை கொடுக்கும்படி சைகை காண்பித்தார்.

''அம்மாடி... நான் உனக்கு இப்ப மந்திர தீட்சை தரப்போறேன். அதுக்காக நீ குளிச்சிட்டு, பட்டுப் புடவை உடுத்திக்கிட்டு தலை நிறையப் பூவோட சுமங்கலிக் கோலத்துல வா, உனக்கு என்னோட சிஷ்யையான வேதவல்லி உதவி செய்வா...'' என்ற ருத்ரமூர்த்தியைப் பரவசமாக விழுந்து வணங்கினாள் சுசீலா. வேதவல்லியும் காத்திருந்தது போல் வந்து அழைத்துச் சென்றாள்.

ஆசிரமத்தை ஒட்டி சிறிதாக ஒரு அருவி. அங்கே அழைத்துச் சென்று அதில் குளிக்கச் செய்தாள். திரும்பி வந்தவளை தனியறைக்கு அழைத்துச் சென்று நீலநிறப் பட்டுப்புடவை ஒன்றைத் தந்து அதைக் கட்டிக்கொள்ள வைத்து, பின் தலைவாரி, பூச்சூட்டி, பெரிதாகக் குங்குமப் பொட்டு வைத்து அழைத்து வந்தாள்.

அப்போது ருத்ரமூர்த்தி ஆசிரமத்தின் பிரதான சன்னதியான அஷ்டதசபுஜ மகாலட்சுமியின் சன்னதி முன் அமர்ந்திருந்தார்.

அஷ்டதசபுஜம் என்றால் பதினெட்டுக் கைகளை உடைய லட்சுமி சொரூபமான சக்தி என்று பொருள். 10 அடி உயரத்தில் தங்கக் கவசத்தில் மகாலட்சுமி பதினெட்டுக் கரங்களோடு ஜொலித்தாள்.

பார்க்கப் பார்க்க பார்வையை எடுக்க முடியவில்லை. சன்னதி முழுக்க சாம்பிராணி வாசம் மேகமண்டலம் போல் தவழ்ந்து கொண்டிருந்தது. சுசீலாவுக்கு, தான் அம்பாளின் ஸ்ரீபுரத்துக்குள்ளேயே நுழைந்தது போல் தோன்றியது.

அவள் கோலத்திலும் ஒரு அபரிமிதமான அழகு.

அவளை திருச்சன்னதி முன் பலகையிட்டு அதன் மேல் அமரச் செய்து, அவள் முன் சிம்மாசனம் போல ஒரு நாற்காலியில் அமர்ந்தார் உபாசகர் ருத்ரமூர்த்தி. அதைத் தொடர்ந்து மகாலட்சுமிக்கு பூஜைகள் நிகழ்ந்து கற்பூர ஆரத்தியும் காட்டி முடிக்கப்பட்டது.

இறுதியாக அது உபாசகருக்கும் சுசீலாவுக்கும் காட்டப்பட, அவர்கள் இருவரும் கண்ணில் ஒற்றிக் கொண்டார்கள். அதன்பின் ருத்ரமூர்த்தி உபதேசத்துக்குத் தயாரானர்.

''அம்மாடி. நான் இப்ப அம்பாளோட, குறிப்பா நீல சரஸ்வதியோட பீஜாட்சரத்தை உன் காதுல பத்து முறை சொல்வேன். நீ அதை அப்படியே கேட்டு உன் மனசுல வெச்சுக்கணும். இந்த குருமுக உபதேசம் எல்லோருக்கும் கிடைக்காது. பசுக்களைத் தானம் செய்தவன், பள்ளிக் கூடம் கட்டிக் கொடுத்தவன், தாலி தானம் செய்தவன், அனாதைப் பிணத்தை அடக்கம் செய்தவன் இந்த மாதிரி தர்ம கார்யங்களைச் செய்திருந்தாத்தான் குருதரிசனமும் குரு உபதேசமும் கிடைக்கும்...

குரு உபதேசிக்காத மந்திரத்தை எத்தனை கோடி முறை சொன்னாலும் பிரயோஜனமில்லை. ஏன், அது மந்திரமாகாதான்னு கேட்கலாம். மந்திரம்தான்! ஆனா அது அம்பாளோட ஸ்ரீபுரத்தைச் சென்றடைய,பல நூறாண்டுகள் ஆகும். குரு மூலமா நிகழும்போது நொடியில் போய்ச் சேர்ந்துடும். என்ன காரணம்னா, எனக்கு முன்னால ஒரு குரு, அவருக்கும் முன்னால

ஒரு குருன்னு ஒரு வரிசைல வருவதுதான் இந்த மந்த்ரோபதேசம். இதோட தொடக்கம் வியாசர்ங்கற மாமுனி. அவர்கிட்ட தொடங்கின ஒரு வரிசைலதான் நான் வந்துருக்கேன். நீ அதுல இனி சேரப்போறே...

இந்த மந்திரத்தை நீ ஜெபிக்க ஜெபிக்க உன் உடம்போட சூட்சமம் பலப்படும். மனம் வேகமா ஒருமைப்படும். உன் முகத்துல ஒரு ஒளி உண்டாகும். உன் மூச்சுக் காத்து வழியா இந்த மந்திரசக்தி புறத்துல பரவும். அதை வாங்கி சுவாசிக்கறவங்க மனதுல அதனால மாற்றம் ஏற்பட்டு, அவங்க உன்கிட்ட அன்பாவும் மரியாதையாவும் உனக்குக் கட்டுப்பட்டும் நடந்துப்பாங்க.

இதை லட்சம் முறை ஜெபிச்சா ஒரு பலன். அதுவே கோடியானா அதிக பலன். 18 கோடி முறை நீ ஜெபிச்சா அம்பாள் ஏதோ ஒரு வடிவத்துல உனக்குக் காட்சி தந்து உனக்கு வரசித்தியும் தருவா. ஆனா, நான் இப்ப சொல்ற எதையும் சாதாரணமாச் செய்துட முடியாது. நிறையச் சோதனைகள் வரும். அதைத் தாங்கித்தான் சாதிக்கணும்.''

''கேக்கறேன்னு தப்பா எடுத்துக்காதீங்க. ஒரு நல்ல காரியம் செய்யும்போது எல்லாம் ஏன் சோதனை உண்டாகுது? இந்த சோதனை ஏன் ஒருத்தர் தப்பு செய்யும்போது அவருக்கு ஏற்பட்றதில்லை?''

''நல்ல கேள்வியாத்தான் கேட்டுருக்கே. சோதனைங்கறது ஒரு பரீட்சை மாதிரி. பரீட்சைதான் நீ பாடங்களைப் படிச்சிருக்கியா இல்லையாங்கறத தீர்மானிக்கும். பரீட்சை வைக்காம எங்கேயாவது பாஸ் போடுவாங்களா?''

''இப்ப புரியுது. அப்ப யாரா இருந்தாலும் சோதனையைச் சந்திக்காம சாதிக்க முடியாதா?''

''சோதனையே சாதனைக்காகத்தானே? சோதனைங்கற வார்த்தையோட முதல் எழுத்து ஒரு இரட்டைச் சுழிக் கொம்பு. அதுக்கு அர்த்தம் என்ன தெரியுமா?''

''சொல்லுங்க, தெரிஞ்சிக்கறேன்.''

''ஒரு மனிதன் தெரிஞ்சும் தப்பு செய்யலாம், தெரியாமலும் தப்பு செய்யலாம். ஆக, தப்பினால் உருவான பாவம்ங்கறது இருவிதமாகவும் இருக்கும். அந்த இருவிதத்தைக் குறிப்பதுதான் இரட்டைச்சுழிக் கொம்பெழுத்து. அப்படித் தெரிஞ்சும், தெரியாமலும் செய்த பாவத்தில் இருந்து விடுபட்டா அந்த இரட்டைச் சுழிக் கொம்பெழுத்து விலகி சாதனை தானா உண் டாயிடும்.''

''இங்க நான் இன்னொரு கேள்வி கேக்கலாமா?''

''தாராளமாக் கேள். எப்பவும் குரு ஸ்தானத்துல இருக்கறவங்க கேள்வி கேட்கற சீடர்களைத்தான் அதிகம் விரும்புவாங்க. சித்தர்கள் தங்கள் சீடர்களைப் பார்க்கும் போதெல்லாம் 'கேளப்பா'ன்னுதான் எதையும் தொடங்குவார்கள். கேட்டால்தான் பதில் கிடைக்கும்.''

''ஒரு தப்பைச் செய்துட்டு அதுக்குப் பரிகாரம் செய்தா சரியாயிடும்ங்கறத சிலர் ஒத்துக்கறதில்லை. தப்புக்குத் தண்டனை எந்த விதத்திலாவது கிடைச்சே தீரும்னு சொல்றாங்களே?''

''அது தப்பைப் பொறுத்த விஷயம்மா. நான் உன்மேல தெரியாம மோதிட்டேன். இல்லேன்னா உன் காலை மிதிச்சிட்டேன்னா உடனே ஸாரின்னு மன்னிப்பு கேட்பேன். நீயும் தெரியாம நடந்ததுங்கறத புரிஞ்சிக் கிட்டு மன்னிச்சு இட்ஸ் ஓகேன்னு மனசார சொல்வே. இதே நான் உன்னை ஒரு பிளேடால கீறி ரத்தம் வரவெச் சுட்டு ஸாரின்னா ஒத்துக்குவியா?''

''ஓ... அப்ப ஒரு தப்பும், அதோட தன்மையும்தான் தண்டனையை யும் மன்னிப்பையும் தீர்மானிக்குது?''

''அதுல என்ன சந்தேகம்?''

''அப்ப என் கணவரோட மூதாதையர் வரைல அவர் செய்தது பெரிய துரோகமாச்சே? அதாவது, தெரிஞ்சு

செய்த துரோகம். அதை எப்படி சார்ந்த குடும்பம் மன்னிக்கும்?

''மன்னிக்க மாட்டாங்கதான். ஆனா, அந்தத் தப்புக்குச் சரியான பரிகாரம் நீ செய்யும்போது அது கிடைக்கலாம். உன் குடும்பத்துல பல தலைமுறைகள் தண்டனைய அனுபவிச்சுட்டதால அந்தப் பாவமும் இப்ப வலுவிழந்திருக்கும். கூடவே உன்கூட இப்ப அந்த நீல சரஸ்வதி பீஜாட்சர மந்திர சப்த வடிவத்துல இருக்கா. அதனால் நிச்சயமா நல்லது நடக்கும்னு நம்பு.''

''இப்ப எனக்கு ஒரு தெளிவு உண்டாகியிருக்கு. இருந்தும் ஒரு கேள்வி கேட்கட்டுமா?''

''ம்... கேள்....''

''மந்திரங்கள் சொல்லி வழிபட்டாத்தான் தெய்வம் அருள் தருமா? இந்த மந்திரங்களை சொல்லத் தெரியாத எவ்வளவோ பேர் இருக்காங்களே... அவங்களுக்கெல்லாம் அப்ப தெய்வ அருள் சாத்தியமில்லையா?''

''பரவால்ல... அர்த்தமுள்ள கேள்விகளையே கேட்கறே நீ. மந்திரம்ங்கறது ஒரு சப்த வடிவம். இந்த இடத்துல சுசீலான்னு ஒரு குரல் ஒலிச்சா நீ உடனே திரும்பிப் பார்ப்பே. ஏன்னா அந்தச் சப்த வடிவம் உனக்கானது. அதேபோலத்தான் ருத்ரமூர்த்தின்னா. நான் நிமிர்ந்து யார் என்னைக் கூப்பிட்டதுன்னு பார்ப்பேன். ஆக, மொத்தத்துல ஒரு மனிதன் உருவமா ஒளி வடிவத்துலயும் பெயரா ஒலி வடிவத்துலயும் இருக்கான். அதே மாதிரிதான்... மந்திரம்ங்கறது கடவுளோட ஒலி வடிவம். அந்த ஒலி வடிவம் ரொம்ப சூட்சமமும், நுட்பமான அலை வடிவமும் உடையது. எப்படி உன் கைபேசியால நீ குறிப்பிட்ட எண்ணுக்கு தொடர்பு கொண்டு பேசும்போது அது வெட்டவெளில சென்று சேருதோ, அதேபோல இந்த மந்திரமும் விண்வெளில உரிய தெய்வத்தைச் சென்று சேரும். தெய்வமும் உரிய

பதிலைத் தரும். அதுவும் உன்னை வந்து சேரும். அந்த பதில் உனக்கான, நீ பேசின மொழிலதான் இருக்கணுங்கற அவசியமில்லை. அது நீ எதிர்பார்க்கற நல்ல விளைவா இருக்கலாம். பிரதிபலனா இருக்கலாம்.

இந்த மந்திரங்கள் பற்றித் தெரியாதவர்கள் என்ன பண்ணுவாங்கன்னும் ஒரு கேள்வி கேட்டே. ஒண்ணும் பண்ண முடியாதுதான்! இன்னிக்கு எவ்வளவோ பள்ளிக் கூடங்கள், காலேஜ், பல்கலைக்கழகங்கள்லாம் இருக்கு. எல்லாருமா படிச்சு பட்டம் வாங்கறாங்க? படிப்பு வரலைன்னும் 'படிக்க வசதி இல்லைன்னும் படிக்க முடியாம எவ்வளவோ பேர் இருக்கற மாதிரிதாம்மா இதுவும். எப்பவும் முயற்சிக்கறவனுக்குத்தான் ஒரு பயன் கிடைக்கும். இது இயற்கையோட விதி!''

உபாசகர் ருத்ரமூர்த்தி எந்தக் கேள்விக்கும் அசர வில்லை. அவளுக்குப் புரிகிற விதத்தில் அவர் சொன்ன பதில்களும் அவளுக்குள் ஒரு நம்பிக்கையை உருவாக்கி விட்டிருந்தது.

அதற்குமேல் பேச அவளிடமும் அப்போது பெரிதாய்க் கேள்விகள் இல்லை. அந்த பாதிக்கப்பட்ட பாளையாதிபதி குடும்பத்தைச் சந்திக்க, மாமா தேவராஜ சேனாதிபதியோடு புறப்பட்டு விட்டாள்.

08

தசமகா வித்தை என்பதற்கு 'பத்து பேரறிவான ஆற்றல்' என்றே பொருள் கொள்ள வேண்டும். இந்த மண்ணில் நாம் வாழ்வதற்கு உடம்புக்கு உணவு தேவைப்படுவது போல, உள்ளமாகிய மனதுக்கும் அது தொடர்புடைய அறிவுக்கும் ஆற்றல் தேவைப் படுகிறது.

அந்த ஆற்றலைத்தான் பத்து விதமாய்ப் பகுத்து தசமகா சக்தியாக உருவகப்படுத்தியுள்ளனர். இந்தச் சக்தியை நாம்

பெற வேண்டுமென்றால் இந்த ஆற்றலுக்குக் காரணமான சக்தி அம்சங்களை வணங்கி வழிபட வேண்டும்.

இந்தச் சக்தி அம்சங்கள் சிலை வடிவிலும், எந்திர வடிவமாகவும் உள்ளனர். இதில் சிலை வடிவம் மனமானது பற்றிக் கொள்ளவும், எந்திர வடிவம் அந்த ஆற்றலைப் புரிந்து பயன்படுத்தவும் உதவுகிறது.

ஒரு காபிக்கொட்டை அரைக்கும் எந்திரத்தைப் பார்க்கும் போது அதை எப்படிப் பயன்படுத்த வேண்டும் என்பதற்கு அதன் கையேடு துணைபுரிவது போல இங்கே சக்தி ஆற்றலை நாம் பயன்படுத்த அதற்கான எந்திரங்கள் கோல வடிவில் பலவித கோணங்களோடு காணக் கிடைக்கின்றன.

இந்த எந்திரங்கள் முழுக்க முழுக்க கணிதமயமானவை. மந்திரம் என்பது மொழியாலும் எந்திரம் என்பது எண்களாலும் ஆனது. இரண்டிலும் நாம் குரு மூலமாகத் தேர்ச்சி பெற வேண்டும். இந்த வழிபாட்டில் ஆதிசங்கரர் சிறந்து விளங்கினார்.

ஹரித்வார் என்கிற புண்ணிய க்ஷேத்ரத்தை ஒட்டியுள்ள ‘கன்கல்’ என்கிற இடத்தில் அவர் தசமகா சக்திதேவிகளையும் ஸ்தாபித்து, அவர்களுக்கான எந்திரங்களையும் ஸ்தாபித்தார்.

கார் தார்ச்சாலையில் சீறிக் கொண்டிருந்தது. உள்ளே சுசீலா, மாமா தேவராஜ சேனாதிபதியிடம் அந்த பாளையக்காரக் குடும்பத்தின் முகவரியைக் கேட்டு வாங்கியிருந்தாள்.

நல்லவேளையாக அவர்கள் எங்கோ இல்லை. திருமலைக் குறிச்சி என்கிற அந்த ஊருக்குள்தான் இருந்தனர்.

வீட்டு முகவரியும் கையில் இருக்க, காரும் அந்த முகவரி கொண்ட வீட்டு முன்னால் சென்று நின்றது. காரை விட்டு இறங்கி வீட்டைப் பார்த்தபோது கொஞ்சம் அச்சமாகக் கூட இருந்தது. பாழடைந்த கட்டிடம்.

சுண்ணாம்பே கண்டிராத ஆதிகாலத் தோற்றம்! காம்பவுண்டு வாலில் எல்லாம்கூடச் செடிகள் முளைத்து, அது ஒரு பாழடைந்த பங்களாவாகக் காட்சியளித்தது.

முகப்பில் ஒரு வேப்ப மரம். அதன் கீழ் கட்டிலில் ஒரு பெரியவர் அமர்ந்து வெற்றிலை போட்டபடி இருந்தார். அவரது படுக்கையும் தலையணையும் அழுக்கேறி காவி பிடித்துக் கிடந்தது. அவர் இருமவும் செய்தார். இருமியபின் வெளிப்பட்ட கோழையை அருகிலேயே துப்பியதில் அதன்மேல் ஈக்கள் அமர்ந்திருந்தன.

சுசீலா அதிர்ச்சியோடு பார்த்தாள். "மாமா... இதுவா பாளையக்காரங்க வீடு... ஸாரி, மாளிகை?"

"ஆமாம்மா. இந்தக் கிழவர்தான் இப்ப இங்க வயசுல பெரியவர்." கண்களாலேயே பேசினார் மாமா. அவர்கள் இருவரையும் பார்த்த அந்தப் பெரியவர், "யாரது?" என்று கேட்டார்.

"என் பேர் சுசீலா. நான் மாயவரம் சிவன் கோவில் குருக்கள் பொண்ணு..." என்று அவர்முன் தன் அறிமுகத்தைச் செய்து கொண்டாள் சுசீலா. ஏனோ ராஜேந்திரன் மனைவி எனக் கூறவில்லை.

"குருக்கள் பொண்ணா? சந்தோஷம்! பார்க்கவும் லட்சணமா இருக்கே. நீங்க வந்த காரணம்?"

அவர் குரல் அந்த மாளிகை வீட்டுக்குள்ளும் கேட்டதில் சுடிதார் அணிந்த ஒரு இளம்பெண் உள்ளிருந்து அவர்களை நோக்கி வந்தாள்.

"ஒண்ணுமில்ல. ஒரு காலத்துல எங்கக் கோயிலுக்கு உங்க முன்னோர்கள் நிறைய உதவி செய்திருக்காங்க. அதான் பாத்துட்டுப் போக வந்தேன்..."

"புரியுது. ஏதாவது டொனேஷனா?"

"இல்லையில்லை. சும்மா இந்தப் பக்கம் வந்தேன். அப்படியே பார்க்கலாமேன்னு..."

''இங்க பார்க்க என்ன இருக்கு? பெருங்காய டப்பா காலியானாலும் வாசனையாவது இருக்கும். இங்க இப்ப அதுகூட இல்லை...'' அவர் சலித்துக் கொண்டார்.

அந்த இளம் பெண் அவளை உள்ளே அழைத்துச் சென்றாள். உள் பாகமெல்லாம்கூட ஒரே அழுக்கு. சுவரில் நூலாம்படைகள்! உள்ளே பெரிய ஹால். மங்கலாய் ஒரு ட்யூப்லைட் எரிந்து கொண்டிருக்க, நடுவில் ஒரு நடுத்தட்டு வயதுப் பெண் வாழைப்பூவை ஆய்ந்து கொண்டிருந்தாள். சில நாற்காலிகள் கண்ணில் பட்டன. அந்தக் காலத்தைச் சேர்ந்தவை அவை என்பது அவற்றின் வடிவத்திலேயே தெரிந்தது. ஆசனிக்கும் பகுதி கிழிந்து உள் பாகத்தில் தென்னை நார்கள் தெரிந்தன.

''அம்மா, இவங்க மாயவரத்துல இருந்து வந்திருக் காங்க. அங்க இருக்கற சிவன் கோயில் குருக்கள் பொண்ணாம்...'' அந்த இளம்பெண் பூவை ஆய்ந்து கொண்டிருந்த பெண்ணுக்கு சுசீலாவை அறிமுகம் செய்தாள். மாமா அமைதியாக நடப்பதைக் கவனித்த படியே இருந்தார்.

''உட்காருங்க. என்னம்மா விஷயம்?''

''சும்மா பார்த்துட்டு போகலாம்னுதான்...

''பார்க்க இங்க என்னம்மா இருக்கு? நீ எதுக்கு வந்துருக்கேன்னு சொல்...''

''ஒரு காலத்துல இந்தக் குடும்பம்தானே இந்தப் பாளையத்தையே ஆட்சி செய்தது?''

''அதெல்லாம் பழைய கதை. இப்ப நாங்க அரசாங்கம் தர்ற ஆயிரம் ரூபா உதவித் தொகையை வாங்கற நிலைலதான் இருக்கோம்.''

''அது ஏன், எதனாலன்னு எனக்கு நல்லாத் தெரியும்மா...''

சுசீலா சொன்ன பதில் அந்தப் பெண்மணியை விழிகளை அகட்டிப் பார்க்க வைத்தது. முகத்தில் நரம்பும் புடைத்து மின்னல் கோணலில் தெரிந்தது.

''ஆமாம்மா... நீங்க ஒரு வாழ்ந்துகெட்ட குடும்பம்ன்னு நல்லாத் தெரியும். சிங்கபுரம் ஜமீனைச் சேர்ந்த அம்பலவாண தேசிகர்தான் அதுக்குக் காரணம்னும் தெரியும்.''

''எப்படிம்மா...? இதெல்லாம் உனக்கு எப்படித் தெரியும்?''

''அது இப்ப முக்கியமில்லைம்மா. நான் இப்ப உங்க குடும்பத்துக்கு உதவி செய்ய வந்திருக்கேன். அதுதான் முக்கியம்.''

''அப்படியா? நீ எதுக்கு எங்களுக்கு உதவணும்? எங்க சொந்தங்களே எங்களைக் கை விட்டுட்ட நிலைல ஒரு மூணாம் மனுஷி நீ... நீ உதவப் போறியா?''

''ஆமாம். மனசார உதவி செய்ய வந்துருக்கேன்.''

''நம்ப முடியலம்மா என்னால. கொஞ்சம் பயமாவும் இருக்கு. இப்படி எல்லாம் சொல்லிக்கிட்டு இங்க தங்கி எசகுபிசகா எதாவது பண்ற எண்ணமிருந்தா... இப்பவே சொல்றேன், வெளிய போய்டு. என் பையன் வந்தா அவ்வளவுதான்... அவன் குடிகாரனும்கூட... என்ன செய்வான்னே சொல்ல முடியாது...''

அந்தப் பெண்மணி சொல்லும்போதே அரை போதையில் அவள் குறிப்பிட்ட அந்தக் குடிகாரன் உள்ளே வந்து அவர்கள் இருவரையும் ஆச்சரியமாகப் பார்த்தான்.

''யாரும்மா இவங்க?'' என்று தள்ளாடியபடியே கேட்டான்.

''நீ போடா. வழக்கம்போல உன் அறைக்குப் போய் கதவைச் சாத்திக்கோ. இவங்க யாரா இருந்தா

உனக்கென்ன? உனக்குத் தேவை சாராயம். அதுக்குத் தேவை பணம். இல்லேன்னா இந்த வீட்டு பாத்திரம், பண்டம். போ... போய் கதவைச் சாத்திகிட்டு உளறு. தப்பித்தவறி வேலைக்குப் போய் சம்பாதிச்சிடாதே...''

அவன் உடனே ஆவேசத்துக்கு மாறினான்.

''நான் வேலைக்குப் போறதா? அப்படிப் போனா ஊர் சிரிக்காது? திருமலைக்குறிச்சி பாளையாதிபதி வீர நரசிம்மன் என் எள்ளுத் தாத்தன். நான் பாளையக்காரன். அதாவது, இந்த திருமலைக்குறிச்சிக்கே ராஜா. நான் வேலைக்குப் போறதா? எங்கேயாவது ஒரு ராஜா வேலைக்குப் போய்ப் பாத்திருக்கீங்களா மேடம்?'' அவன் சுசீலாவைப் பார்த்துக் கேட்டான். சுசீலாவுக்கு அந்த நொடியே அவர்களின் இழிந்த நிலை தெளிவாகத் தெரிந்துவிட்டது.

''சொல்லுங்க மேடம்... நான் வேலைக்குப் போனா அது கேவலமில்ல?'' அவன் அதட்டல் குரலில் திரும்பக் கேட்டான்.

''யெஸ்... யெஸ்... நீங்க போய்ப் படுங்க. ப்ளீஸ்...'' சுசீலாவும் வழியைக் காட்டினாள். அங்கிருந்த இளம்பெண் அவன் கையைப் பிடித்து இழுத்துச் செல்லத் தொடங்கினாள்.

''புரியுதும்மா. உங்க சூழ்நிலை நல்லாப் புரியுது. நீங்க மோசமான சூழ்நிலையில இருக்கீங்கன்னு தெரியும். ஆனா இவ்வளவு மோசம்ன்னு தெரியாது...'' என்று சுசீலாவும் திரும்பினாள்.

''அதுசரிம்மா. உனக்கு ஏன் எங்க குடும்பம் மேல இவ்வளவு அக்கறை?'' அழுத்தமாகக் கேட்டாள் அந்தப் பெண்.

''சொல்றேம்மா. உங்க பேர்?''

''சாவித்ரி. அந்தக் குடிகாரன் என் மகன். வீர மாணிக்கம் அவன் பேர். அவனைக் கூட்டிக்கிட்டுப்

போனது என் பேத்தி. அவ பேர் சம்யுக்தா. வாசல்ல நீ பார்த்த வயசானவர் என் மாமனார். பேர் வீரசிங்கம். பேர்ல மட்டும்தான் வீரமிருக்கு. வேற எதுலயும் இல்லை. போதுமா... இல்லை, இன்னும் ஏதாவது தெரியணுமா?''

''அம்மா, நான் எல்லாத்தையும் விபரமாச் சொல்றேன். நான் இங்கே வரக் காரணமே ஒரு சக்தி உபாசகர்தான்...'' என்று மெல்ல விஷயத்துக்கு வரத் தொடங்கினாள் சுசீலா.

''யார் அவர்?''

''வாசுதேவநல்லூர் தலையணை அருவி மலைமேல இருக்கற மேருபீட ஆஸ்ரம உபாசகர் ருத்ரமூர்த்தி.''

''சரி... அவர் எப்படிக் காரணம்?''

''சொல்றேன். இப்ப என் கணவர் ஆஸ்பத்திரியில் உயிருக்கு போராடிக்கிட்டு இருக்கார். அவர் கழுத்துல குண்டு பாய்ஞ்சிடிச்சு. இந்த இக்கட்டான சூழ்நிலைலதான் சக்தி உபாசகர் ருத்ரமூர்த்தியப் பார்த்து அவர் ஆசிகளைக் கேட்டேன். அவரோ உங்க குடும்பத்தைப் பத்திச் சொல்லி, உங்களைப் போய்ப் பார்த்து உங்ககிட்ட ஆசீர்வாதம் வாங்கிக்கச் சொன்னார். ராஜ தரிசனம், ராஜ பத்னிகள் வாக்கு... இதெல்லாம் ரொம்பச் சக்தி வாய்ந்ததாம்.''

''ஓ... அப்படியா.? அப்ப உன் வரையில் நான் ராஜபத்னியா?''

''ஆமாம்மா. அதை யாரால மாற்ற முடியும்?''

''கேட்க நல்லா இருக்கு. அதுசரி, நான் இப்ப உன்னை ஆசீர்வாதம் பண்ணணுமா?''

''ஆமாம். மனசார நான் தீர்க்க சுமங்கலியா வாழணும்னு நீங்க வாழ்த்தணும். நான் இப்ப அஞ்சு மாசம் முழுகாமலும் இருக்கேன். என் குழந்தையும் நல்லபடி பிறக்கணும்!''

“அப்படியா சங்கதி? என்கிட்ட காசு பணம்தான் இல்லை. ஆனா, வாயார வாழ்த்தற மனசு இருக்கு. நல்லா இரு... தீர்க்க சுமங்கலியா இரு. குழந்தையும் நல்லபடி பிறக்கட்டும்...”

“கொஞ்சம் தலைல கைய வெச்சு இந்த வாழ்த்தை மறுபடியும் சொல்லுங்களேன்...” சுசீலா குனிந்தும் நின்றாள்.

“அதுக்கென்ன? எங்களாலதான் அந்த பாழாப் போன துரோகி அம்பலவாணனால வாழ முடியாமப் போச்சு. நீயாவது நல்லா இரு...” என்று தலையில் கை வைத்து வாழ்த்தினாள் சாவித்ரி என்கிற அந்தப் பெண்மணி.

“கொஞ்சம் இரு. உன்னைப் போல ஒரு சுமங்கலிய, அதுலயும் கர்ப்பமா இருக்கற சுமங்கலிய சாதாரணமா வெறும் வாயால வாழ்த்தக் கூடாது...” என்றவள், எழுந்து உள்ளே சென்று ஒரு தட்டில் ஒரு புடவை, ரவிக்கை, அதன்மேல் நாலு மஞ்சள் துண்டுகள் என்று வெளிப்பட்டாள்.

“என்னம்மா இது?”

“எடுத்துக்கோ. எப்பவும் சுமங்கலிகளை இப்படித் தான் வாழ்த்தணும். வசதி மட்டும் இருந்திருந்தா உன் கைக்கு தங்க வளையலே இப்ப போட்டுருப்பேன். எங்க... இங்கதான் அன்றாடமே அல்லாட்டமா இருக்கே!”

சாவித்ரி சொல்லி முடித்தபோது அவள் கண்களில் கண்ணீர்.

“ரொம்ப சந்தோஷம்மா. உங்ககிட்ட ஆசீர்வாதம் வாங்க மட்டுமில்ல... உங்களுக்கு உதவவும்தான் நான் வந்துருக்கேன்...”

“இதை நீ ஆரம்பத்துல இருந்தே சொல்ற. சரி, எந்த வகைல உதவப் போறே?”

"நீங்க எப்படி விரும்பறீங்களோ அப்படி..."

"இது என்னம்மா பேச்சு? நான் இப்ப கோடி ரூபா வேணும்னு கேட்டாக் கொடுத்துடுவியா?"

சாவித்ரி சாதாரணமாகத்தான் கேட்டாள். ஆனால், சுசீலா மிகவேகமாக தன் காரை நோக்கிச் சென்று ஒரு செக் புக்குடன் திரும்பி வந்தவள், ஒரு கோடி ரூபாயை அதில் எழுதி கையெழுத்துப் போட்டு நீட்டினாள்.

ஆடிப் போய்விட்டாள் சாவித்ரி என்கிற அந்தப் பெண்மணி!

09

ஆதிசங்கரர் தசமகா சக்திகளை 'கன்கல்' என்கிற ஊரில் ஸ்தாபிதம் செய்ததோடு, பல சீர்திருத்தங்களையும் செய்தார். அந்த நாளில் பலி வழிபாடு பிரதானமாக இருந்தது. ஆடு, மாடுகளை வெட்டிப் பலியிடுவது இதனால் மிகுந்து காணப்பட்டது.

இந்தப் பலிகளைச் செய்பவர்கள் சிங்கம், புலிகளைப் பிடித்து வந்து பலியிடத் தயாராக இல்லை. அகிம்சை வடிவான விலங்குகளையே பலிக்குப் பயன்படுத்தினர். தாங்கள் இறைச்சியை உண்பதற்காக அதற்கு பலிபிரசாதம் என்று பெயரும் வைத்தனர். இது பாவமான ஒரு செயல் என்றுணர்ந்த ஆதிசங்கரர், பலி வழிபாட்டைத் தடுத்து நிறுத்தி, 'கருணை வடிவான இறைவன் எப்போதும் கருணைக்கு எதிரான செயல்களுக்கு அருள்தர மாட்டான்' என்பதை எல்லோருக்கும் உணர்த்தினார். அதோடு ஒன்றாகிய இறைவனை அடைய ஆறு வழிகளில் செல்லும் ஒரு வழி முறையையும் உண்டாக்கினார். அதுவே வைணவம், சைவம், சாக்தம், கௌமாரம், கானாபத்யம், சௌரம் என்பனவாம்.

இதில் சாக்தமே சக்திக்குரியதாகும். இவ்வழியில் செல்பவர்களுக்கு அந்த ஆதிசக்தியே எல்லாமுமாவாள். அவளின் பத்து அம்சங்களே தசமகா சக்திகள் என்று அழைக்கப்பட்டன.

''என்னம்மா... நான் ஏதோ கேட்டேன்னா நீ டபக்குன்னு செக் போட்டு நீட்டிட்டே... தெரியாமத்தான் கேக்கறேன். இது செல்லுமா?''

அந்தக் கேள்விமுன் சுசீலா பதில் பேசாமல் கண்ணீர் சிந்தினாள்.

''என்னம்மா? ஏன் அழறே? நான் தப்பாக் கேட்டுட் டேனா?''

''இல்லை... இன்னும்கூட கேளுங்க, தரேன்.''

''என்ன சொல்றே நீ...? இந்தக் காலத்துல இப்படி ஒரு பெண்ணா?''

''கஷ்டம்னு வந்துட்டா... அதுலயும் கட்டின புருஷன், வயித்துக் குழந்தைன்னு எல்லாருக்கும் கஷ்டம் வந்துட்டா ஒரு பொண்ணு மாறித்தானே தீரணும்?''

''புரியலம்மா. நீ உண்மைல யாரு? இங்க என்ன நடக்குது?''

''நல்லது தாம்மா நடக்குது. சொல்லப் போனா ஒரு பரிகாரம் இப்ப நடந்துகிட்டிருக்கு...''

''பரிகாரமா?''

''ஆமாம். என் மூதாதையர் செய்த துரோகத்துக்கான பரிகாரம்!''

"யார் அது? அவர் அப்படி என்ன துரோகம் செய்தார்?"

"வேற யார்... உங்களை இப்படி வறுமையில சிக்க வெச்சுட்ட அந்த அம்பலவாண தேசிகர்தான்..."

சுசீலா சொன்ன மறுநொடி சாவித்ரியிடம் பெரும் அதிர்வு. வெடி வைக்கப்பட்ட பாறைகள் பிளந்ததுபோல மனதுக்குள் ஒரு சப்தம். "அடிப்பாவி... நீ அந்தக் குடும்பமா? குருக்கள் பொண்ணுன்னு தானே சொன்ன?"

"இப்பவும் சொல்றேன், என் அப்பா குருக்கள். ஆனா, என் புருஷன் அந்தத் தேசிகரோட எள்ளுப்பேரன்."

"ஓ... காதல் திருமணமா?"

"ஆமாம். எனக்கு எல்லாமே கல்யாணமாகி ஒரு குழந்தை உண்டான பிறகுதான் தெரியும். எங்கக் கணவர் குடும்பத்துல இதுவரை யாரும் பெருசா நல்லா இல்லை. காரணம், உங்க குடும்ப சாபம். இதோ, இவர் என் சின்ன மாமனார். ஆனா, இவரால பேச முடியாது. பிறவி ஊமை. என் கணவரும்கூட பேச்சை இழந்துதான் இப்ப ஆஸ்பத்திரியில கிடக்கிறார்."

"அதான் நீ எங்களை விலைக்கு வாங்க வந்திருக்கியா?"

"சத்தியமா இல்லை. எனக்குத் தேவை உங்க மனப்பூர்வமான மன்னிப்பும் ஆசீர்வாதமும்தான்."

"ஹும்... நீ கெட்டிக்காரி. அதான் வந்த உடனே இந்த விஷயங்களைச் சொல்லாம குருக்கள் மகள்ன்னு மட்டும் சொல்லி ஆசீர்வாதம் வாங்கினியா?"

"ஆமாம். தயவு செஞ்சு கொடுத்த ஆசிகளை திரும்ப வாங்கிடாதீங்க. நான் இங்க வந்திருக்கறது எனக்காக மட்டுமில்ல... உங்களுக்காகவும்தான்..."

"என்ன... பணத்தைக் கொடுத்து எங்க ரணங்களைக் குணப்படுத்திடலாம்னு பாக்கறியா? அது முடியாது!"

"ஆமாம், முடியாதுதான். பணம் எதுக்கும் தீர்வாகாதுன்னு எனக்கும் தெரியும்..."

"அப்புறம் எந்த நம்பிக்கைல இங்க வந்து பேசிக் கிட்டிருக்கே?"

"ஒரே நம்பிக்கைதான்... அதுக்குப் பேர் நீல சரஸ்வதி."

நீல சரஸ்வதி பேரை கேட்ட உடனேயே சாவித்ரி திகைத்தாள்.

"என்ன திகைச்சுட்டீங்க... அதுதானே உங்க குல தெய்வம்?"

"ஆமாம். அதுக்கென்ன?

"அந்தச் சிலை தங்கத்துல செய்யப்பட்டதில்லையா?"

"ஆமாம். ஆனா, அதைத்தான் யாராலயும் நெருங்கவே முடியலியே? நெருங்கறவங்க படுத்த படுக்கை ஆகிடறாங்களே..."

"அது பேராசையோடு பல சக்திகள் வேணும்னு நெருங்கறவங்களுக்கு. ஆனா, அது உங்களுக்குக் கிடையாது. ஏன்னா, அது உங்களோட குலதெய்வம். அதை வணங்கத் தவறினதாலதான் உங்கக் குடும்பமும் இப்படி ஏழ்மையில, இருட்டுல இருக்கு."

"இதை நான் மனப்பூர்வமா ஒத்துக்கறேன். ஆனா, அது எங்களுக்குக் கிடைக்கணுமே?"

"நீங்க முயற்சி செய்தீங்களா?"

"நான் செய்யல. என் முன்னோர்கள் செய்தாங்க. அவங்கல்லாமும் இறந்துட்டாங்க..."

"அதை தங்கத்தாலான ஒரு செல்வம்னு நினைச்சு நெருங்கினா அப்படித்தான் ஆகும். அவதான் காவல் தெய்வம்னு நீங்க நம்பிட்டா, நிச்சயம் எதுவும் ஆகாது. நான் அதை எடுத்து உங்களுக்கே தந்துடறேன். அதனால உங்கக் குடும்பம் நல்லா இருக்கும். என் குடும்பமும் நல்லபடி ஆயிடும். பெரிய மனசோட சரின்னு சொல் லுங்க..." சுசீலா கெஞ்சினாள். சாவித்ரியோ யோசிக்கத் தொடங்கி விட்டாள்.

"நல்லா யோசியுங்க... பகை உணர்ச்சியோடும், வெறுப்போடும் இருக்கறது சரியா? இல்லை, அதைப் போக்கிட்டு பெருந்தன்மையா நடந்துக்கிட்டு, இனி வரும் காலத்துல நல்லபடியா வாழ்றது சரியான்னு நல்லா யோசியுங்க. இதுல நீங்களும் குற்றவாளி இல்லை, நானும் குற்றவாளி இல்லை. ஏன்... இப்ப இருக்கற யாருமே குற்றவாளி இல்லை. நாம எல்லாருமே பாதிக்கப் பட்டவங்க! நம்ம பாதிப்பை நாம்தானே சரி செய்துக்கணும்? நல்லவேளையா, நீல சரஸ்வதி இப்பவும் நமக்கு அருள்புரியக் காத்திருக்கா. அதைப் பயன்படுத்தி நாம நல்லபடி ஆயிடணும்..."

யோசித்தபடியே இருந்த சாவித்ரியின் காதுகளில் சுசீலா வார்த்தைகள் வழியாகப் புகுந்தபடியே இருந் தாள். மௌனமாகப் பார்த்தபடி இருந்த மாமா தேவராஜ சேனாதிபதி அவள் நல்ல முடிவெடுக்க வேண்டும்

என்பதுபோல் கைகளைக் கூப்பி அந்த நீல சரஸ்வதியைப் பிரார்த்திக்கத் தொடங்கி விட்டார்.

அவர் பிரார்த்தனையும் வீண் போகவில்லை. சாவித்ரி சமாதானமானாள்.

''சரிம்மா. அந்த நீல சரஸ்வதி எங்களுக்குக் கிடைக் கறதா இருந்தா, அதுக்காக நான் எவ்வளவு பெரிய தப்பையும் மன்னிக்கறேன்...'' என்றாள்.

''அது போதும்மா! இனி மற்றதெல்லாம் என் பாடு. எனக்கு நீங்க சில விஷயங்களை மட்டும் சொல்லணும்.''

''என்னம்மா?''

''நீல சரஸ்வதியை உங்க முன்னோர்கள் எப்படி வழிபட்டாங்க? அது தெரிஞ்சு அப்படி வழிபட்டாத்தான் எதிர்விளைவுகள் எதுவும் இருக்காதுன்னு சொன்னார் சக்தி உபாசகர் ருத்ரமூர்த்தி.''

''அடக்கடவுளே... பல தலைமுறைகள் கடந்துட்ட தால அது, எப்படின்னு எனக்குத் தெரியாதே...''

''வாசல்ல கட்டில்ல உக்காந்திருக்காரே பெரியவர்... அவருக்கு?''

''அவருக்கும் தெரியாது. ஆமா, நாங்க வழிபட்ட முறைலதான் வழிபடணும்னு என்ன கணக்கு? தெய்வத்துக்கு நம்ம நல்ல உள்ளமும், சந்தேகமில்லாத பக்தியும் தானே கணக்கு? நாயன்மார்கள்ல ஒருத்தர் கல்லையே பூவா நினைச்சு அதை எறிஞ்சு வழிபட் டிருக்காரே... தூய்மையான பக்திதானே கணக்கு?''

''உண்மைதான். ஆனா, இதுக்கு எனக்கு பதில் தெரியல. இதற்கும் பதிலை உபாசகராலதான் சொல்ல

முடியும்னு நினைக்கறேன். தயவுசெய்து கொஞ்சம் என்கூட வர்றீங்களா? உங்களைப் பார்த்தா அவர் ரொம்ப சந்தோஷப்படுவார்...''

சுசீலா அழைக்கவும், சாவித்ரி தன் பேத்தியான சம்யுக்தாவைப் பார்த்தாள். அவள் முகத்தில் ஒரு தெளிவு தெரிந்தது.

''இங்க பேசினதையெல்லாம் கேட்டுக்கிட்டிருந்த தானே?''

அவள் தலை ஆடி ஆமோதித்தது.

''நான் இவகூடப் போகட்டுமா?''

அதற்கும் அவளிடம் ஆமோதிப்பு.

''உன் அப்பன் படுத்துட்டானா?''

''ஆமாம் பாட்டி. உள்ள கட்டிலைப் பார்க்கவுமே சுருண்டுட்டார்.''

''சரி, உன் தாத்தாவை உள்ள நான் கூப்ட்டேன்னு கூப்பிடு...''

சாவித்திரியின் விருப்பத்தை சம்யுக்தா நிறை வேற்ற தேவையே இன்றி அந்தப் பெரியவர், ''அதுக்கு அவசியமே இல்ல... நானே வந்துட்டேன். நீ கத்துனதுதான் வெளி வரைக்கும் கேட்குதே?'' என்றபடி முன்வந்தார். பின், தொடக்கத்துல எனக்கும் கோபம்தான் வந்தது. ஆனா, அதனால என்ன பிரயோஜனம்? அடுத்து இந்தப் பொண்ணுக்கும் அந்தக் குடும்பத்துக்கும் ஒரு சம்பந்தமும் இல்லை. இதுவும் நம்மளைப்போல பாவப்பட்ட ஒரு ஜென்மம்தான். அந்தக் குடும்பத்துல வந்து மாட்டிக்கிட்டு தப்பிக்கப் பார்க்குது. மொத்தத்துல

நாம எல்லாருமே ஒண்ணுதான். தாராளமா இதுகூடப் போ..." என்றார் அவர்.

சுசீலா நெகிழ்ந்து போனாள். மனதுக்குள் ருத்ரமூர்த்தி உபதேசம் செய்த அந்த நீல சரஸ்வதி பீஜாட்சரம் ஓடிக் கொண்டே இருந்தது.

இங்கே ஒரு பெரிய பிரளயமே உண்டாகி கழுத்தைப் பிடித்துத் தள்ளுவார்கள் என்று எண்ணிய எண்ணமெல்லாம் தவிடுபொடியாகி, இவர்களும் துணைக்கு வரப் போகிறார்கள் என்பது சுசீலா வரையில் அந்த மந்திரத்தின் மேலும் ஒரு மதிப்பையும் சிலிர்ப்பையும் ஏற்படுத்தி விட்டது.

10

பொதுவாக கல்விக் கடவுளான சரஸ்வதியிடம் நான் உணராத நிறையக் குறியீடுகள் உள்ளன. மூன்று கடவுள் ரூபங்கள் மேல் பிறைநிலா இருக்கும். சிவன், காமாட்சி- அடுத்து சரஸ்வதி. இந்தப் பிறைநிலா பேரொளியான சூரியனின் பிரதிபலிப்பு. அந்தப் பேரொளி கண்களைக் கூசச் செய்யும். நிலவின் தண்ணொளியோ எவ்வளவு பார்த்தாலும் அலுப்பைத் தராது. ஒரு மனிதனின் ஞானமும் இதுபோல் தண்ணொளியாக இருக்கவேண்டும். பிறை நிலா தான் வளர்வதையும் குறிக்கிறது. ஞானமும் கல்வியும்கூட வளர்பவையே. அவை நின்று விடுபவையல்ல.

அடுத்து, சரஸ்வதியின் வெள்ளை ஆடை. அது தூய்மையைக் குறிக்கிறது. வெள்ளை ஆடையை உறுதி யான, தெளிவான மனம் கொண்டவர்களே பெரிதும் விரும்பி அணிவர். சிறு அழுக்கும் படாதபடி எப்போதும் எச்சரிக்கையுடனும் இருப்பர்.

அதேபோல வெள்ளைத் தாமரை! தாமரை தண்ணீர் இல்லா விட்டால் வளராது. அதை மற்றக் கொடிகள் போலத் தரையில் வைத்து வளர்க்க முடியாது. அது தண்ணீரில், தண்ணீரால் மட்டுமே வளர்வது. ஆனால், ஒரு துளி தண்ணீர் அதன் இலையிலும் சரி; மலரிதழ்களிலும் சரி... ஒட்டாது. ஒரு நல்ல ஞானியும் இந்தப் பூவுலகில் சுற்றம்சூழ வாழ்ந்தாலும் மனதளவில் எவரும் உடன்வர மாட்டார்கள் என்கிற தெளிவுடன் பந்த பாசங்களுக்குப் பெரிதாக இடம் தராமல் ஒட்டியும் ஒட்டாமல் வாழ்வான். தன்னை வணங்குபவனுக்கு தனது ஆடை, அணிகலன் மற்றும் மலர்மேல் அமர்ந்த நிலை என்கிற மூன்றாலும் சரஸ்வதி பேசாமல் பாடம் நடத்துகிறாள்.

அவளின் ஒரு கையில் ஏடு, மறு கையில் யோக தண்டம் எல்லா தெய்வங்களும் ஈட்டி, சூலம், வாள் என்று பற்றிக் கொண்டிருக்க... இவள் மட்டுமே ஏடு பிடித்தபடி இருக்கிறாள். ஏட்டில் எழுதக் கல்வி அவசியம். அப்படி எழுதியது மட்டுமே யுகம் கடந்தும் வாழும். கல்வியாளனே காலத்தை வென்று வாழ முடிந்தவன் ஆவான். இதை அவள் ஏடு உணர்த்துகிறது. அப்படி அவன் கல்வி கேள்விகளில் சிறந்து விளங்க வேண்டும் என்றால், மனம் அலைபாயக் கூடாது. அது தியானம், தவம், யோகத்தால் வலுப்பெற்றுத் திகழ வேண்டும். உடல் வலிமையைவிட பெரியது உள்ள வலிமை! அதைச் சமாளிப்பது யோக தண்டம், யோகதண்டம் மேல் கை வைத்துச் செய்யும் தியானமே சிறந்த மனவடக்கப் பயிற்சியாகும்.

ஆக, சரஸ்வதியின் தோற்றமே ஒரு ஞான பாடம். இதில் நீல சரஸ்வதியின் தோற்றம் என்பது விசுவரூபம் எடுத்து நிற்கும் அந்தக் காளியின் சக்தியையும் தன்னோடு சேர்த்துக் கொண்டு நிற்கும் ஒன்றாகும். ஒன்று சாந்தம்... ஒன்று ரவுத்திரம்!

மீண்டும் மேரு பீடம்!

உபாசகர் ருத்ரமூர்த்தி எதிரில் சுசீலா, தேவராஜ சேனாதிபதி, சாவித்ரி. உபாசகர் ருத்ரமூர்த்தி முகத்தில் ஒரு கம்பீரமும் மகிழ்ச்சியும் பளிச்சென்று புலப்பட்டது.

சுசீலா இத்தனை சீக்கிரம் மன்னிப்பைப் பெறுவாள், சாவித்ரியையும் அழைத்து வருவாள் என்று அவர் எதிர் பார்க்கவே இல்லை. நிச்சயம் இவள் நீல சரஸ்வதி விக்ரகத்தை எடுத்து வழிபாடு செய்து, அதன் கடுமையி லிருந்தும் விடுபட்டு விடுவாள் என்று அப்போது முடிவும் செய்துவிட்டார்.

''சுசீலா, நீ உண்மையில கெட்டிக்காரி. முதல் கட்டத்தை ரொம்ப சுலபமாக் கடந்துட்டே. ஆனா, இரண்டாம்கட்டம்அப்படிஅவ்வளவுசுலபமாஇருக்காது. ஏன்னா காலகாலமா வணங்கப்பட்ட ஒரு பிரதிமை தன் சக்தியை இழந்து, ஒரு சவம்போல ஒரு பெட்டிக்குள்ள படுத்த படுக்கையா இருக்கறதாலதான் அதை எடுக்கப் போறவங்களும் படுத்த படுக்கையாயிடறாங்க. அங்க நீ எப்படி ஜெயிக்கப் போறேங்கறதுலதான் எல்லாமே இருக்கு...'' என்று சாவித்ரியும் உணரும் வண்ணம் அவர் பேச்சைத் தொடங்கினார்.

சாவித்ரிக்கு அப்போது ஒரு கேள்வி.

''சாமி... ஒரு சந்தேகம்...''

''கேளும்மா...''

''ஒரு சிலைக்கு நாம வணங்கறதாலதானே சிறப்பு? அந்த வழிபாடு நின்னுட்டா, அது ஒரு கலைப் பொருள்தானே? அதுக்கு எப்படி கோபம் தாபம்லாம்

இருக்க முடியும்?"

"ஆஹா, என்ன ஒரு அழகான கேள்வி! இதையே ஒரு நாத்திகன் கேட்டா இப்படியா கேப்பான்? ஒரு நாளைக்கு நூறு சிலைகள் கடத்தப்படுது... அதுக்கு சக்தியிருந்தா அது கடத்த விடுமான்னுதான் கேப்பான். நமக்கும் அது சரியான கேள்வியா மனசுக்குப் படும். ஆனா, கடவுள் சிலைகளோட அமைப்பு, தாத்பர்யம் எல்லாமே வேற. நாம் ஒரு பொருளையோ... இல்லை, எந்த ஒன்றையும் எப்படிப் பாக்கறோம்ங்கறதுலதான் எல்லாம் இருக்கு.

நாம் எந்த ஒரு வஸ்துவையும் நாம பயன்படுத்தப் போற ஒன்றா மட்டுமே பார்ப்போம். அந்த வஸ்து மேல நமக்கு அறிவுபூர்வமான ஈர்ப்பு மட்டுமே உண்டாகும். உதாரணத்துக்கு இதோ, இந்த மேஜை நாற்காலி. இது அழகா இருக்கா? உழைக்குமா? இந்தக் கேள்விகளோட நின்னுடுவோம். இப்படித்தான் எல்லா வஸ்துக்களிடமும் நம் பார்வையும் சிந்தனையும் இருக்கும். ஆனா ஒரு கோவில்... அதுல ஒரு தெய்வம்... அதை நாம் பார்க்கறோம்ங்கற போது, அறிவு பின்னால போய் உணர்வு முன்னால வந்துடும். அது பக்தியா மாறும். பக்தியா மாறினாத்தான் பணிவும் வரும். பணிவு வந்துட்டாலே பயமும் வந்துடும்.

உடம்பு கொழுப்பில நல்ல கொழுப்பு, கெட்ட கொழுப்புன்னு இரண்டு இருக்கற மாதிரி, பயத்துலயும் கோழைத்தனத்தாலயும் முட்டாள்தனத்தாலயும் வர்ற பயம், பக்தி பணிவால் வர்ற பயம்னு இரண்டு உண்டு. அந்த வகையில தெய்வத்தைப் பார்க்கும்போது உண்டாகிற பயபக்திநல்ல பக்தி. கூடவே ஒரு நம்பிக்கை. இதெல்லாம் நம் கண் வழியா சன்னதி சிலைமேல படும்.

நம் ஒருத்தரால மட்டுமில்ல... அந்தச் சிலையைப் பார்க்கற கோடிக்கணக்கான பேரும் இப்படித்தான் பயபக்தி, நம்பிக்கை உணர்வுகளோட மட்டுமே பார்ப்பாங்க. இதுதான் அந்தச் சிலை எந்த உலோகத்துல இருந்தாலும் அதுக்கு சக்தி உண்டாகக் காரணமாகுது.

சுருக்கமாச் சொன்னா, நம் பக்தியால அந்தச் சிலையை நாம் தான் சக்தியுள்ளதா ஆக்கறோம். அப்படி நம்மால உண்டாகும் சக்தி, அதாவது எல்லோர் பார்வையாலயும் உண்டாகற சக்தி சிலை மேல பரவி, அதன் கீழ் பதிக்கப்பட்டுள்ள எந்திரத் தகட்டுல போய் சேமிப்பாயிடுது.

இந்தச் சேமிப்பை நம்ப வீட்டு மின்சார இன்வெர்ட்டர் கூட ஒப்பிடலாம். சொல்லப்போனா இன்வெர்ட்டர்தான் ஒவ்வொரு எந்திரமும். அந்த எந்திரத்துல இருக்கற கோலங்கள்தான் அதோட ஓட்டம். சாலை மேல பஸ்சும் காரும் ஓடற மாதிரி அந்தக் கோலம் மேல அது ஓடிக்கிட்டே இருக்கும். அது ஓடறதோட மட்டுமில்ல, சிலைக்கு மேல உள்ள சிறு துவாரம் வழியா கோபுரக் கலசம் வரை பரவி அப்படியே வான் வெளிலயும் கலக்கும்.

கோயில்ல நடக்கற பூஜை புனஸ்காரங்கள், இடையறாத வழிபாடுகளைப் பொறுத்து, அந்தக் கோபுரக் கலசம் பலமாவோ இல்ல, ரொம்ப பலமாவோ செயல்பட்டபடி இருக்கும். இதனால கோயில் இருக்கற ஊரோட வானமும் அருள்சக்தி மிக்கதா இருக்கும். அதனாலதான் கோயில் உள்ள ஊரை க்ஷேத்திரம்னு சொல்றோம்.

பொதுவா சரியான வழிபாடுகளும், பூஜைகளும் உள்ள கோயில்களுக்கான க்ஷேத்திரங்கள் காலத்தால

எப்போதும் சிறப்பா இருக்கும். அந்த க்ஷேத்திரத்துக்கு வருபவர்களும் நம்பிக்கை உள்ளவர்களா மட்டுமே இருப்பாங்க.

அப்ப நம்பிக்கைங்கற பாசிட்டிவ் எனர்ஜி உள்ள ஊரா அது மாறிடும். அப்படித்தான் திருப்பதி, பழனி, மதுரை, மயிலாப்பூர்னு க்ஷேத்திரங்கள் எல்லாமும் இருக்கு.''

ருத்ரமூர்த்தியின் விளக்கம் சற்று நீண்டதுதான். ஆனால், சுசீலாவுக்கும் சாவித்ரிக்கும் அது புதியது. அடுத்தடுத்த கேள்விகளுக்கு இடமேயில்லாதபடி அவர் விளக்கம் கொடுத்தார். இருந்தும் சாவித்ரியிடம் ஒரு கேள்வி.

''சாமி... நீங்க சொன்ன எல்லாமேகூட விஞ்ஞானம் தான். ஆனாலும், க்ஷேத்திரங்கள்தானே இப்ப பாழ்பட்டுக் கிடக்கு? கோயிலைச் சுற்றிக் கடைகள், கடைகள்ல கலப்படப் பொருட்கள். குறிப்பா, நெய் விளக்குங்கற பேர்ல பன்றிக் கொழுப்பு விளக்கு... விலையும் அதிகம். கேட்டா 'பல லட்சத்துக்கு ஏலம் எடுத்திருக் கோம், கட்டுப்படியாக வேண்டாமா?'ங்கற பதில் கேள்வி.

மக்கள் கிட்டயும் விழிப்புணர்வு இல்லை. அஞ்சு நிமிஷத்துல தரிசனம் செய்துட்டா அதை மகாப் பெருமையா நினைக்கறாங்க. வரிசைல நிக்கறவங்க பாவிகள்ன்னு நினைக்கற ஒரு நிலை... தான் மட்டும் தரிசனம் நல்லா பண்ணாப் போதும்னு நினைக்கற வங்கதான் அதிகம். கோயில் குருக்களும்கூட தட்டுல காசு போட்டா ஒரு மாதிரி, இல்லேன்னா ஒரு மாதிரி நடந்துக்கறாங்க. நீங்க சொன்ன அருள் நிரம்பிய ஒரு இடத்துல இப்படியெல்லாமும் சீர்கேடுகள் இருக்கே?

இதுக்கு மனசுக்குள்ள கிருஷ்ணா ராமான்னு சொல்லிக் கறது எவ்வளவோ மேல்னும் தோணுதே?"

"ஆமாம்மா... நீ சொன்ன எல்லாம் சரி. அதனாலதான் நான் ஆளரவமில்லாத இந்த மலைக்காட்டுக்குள்ள ஒரு சக்திக் கோட்டையைக் கோயிலாக் கட்டியிருக்கேன். இங்க நீ சொன்ன சீர்கேடுகளுக்கு இடமே கிடையாது. உண்மையான, சுயநலமில்லாத பக்தி உள்ளவர்கள் மட்டும்தான் இங்க வரவும் முடியும்.

இது கலியுகம்! இந்த யுகத்துல 100க்கு 75 பேர் கலி மாயையால தப்பாதான் நடப்பாங்க. அந்த பிரம்மா அப்படித்தான் இந்த யுகத்தை டிசைன் பண்ணி யிருக்கான். அப்பத்தான் மோட்சத்துக்கு... அதாவது, திரும்பப் பிறக்காதபடி பூமிக்குள்ளேயே ஒரு ஆத்மா வும் கிடக்க முடியும். தினமும் பலகோடி ஆடு மாடுகள் கோழிகள் வெட்டப்படுது. இவை திரும்பப் பிறந்தாத்தானே அது தொடரும்? அதேபோலத்தான் மரங்களும் வெட்டப்படுது. அவையும் திரும்ப வளர வேண்டாமா?

நீ சொன்ன இந்த சுயநல - மூடபக்தி உள்ளவங்க, இந்த மறுபிறப்பு வட்டத்துல ஆடா, மாடா, பிறந்து, வெட்டப்பட்ட மாமிச உணவாகி, தங்கள் போக்கைத் தீர்மானிச்சுப்பாங்க. நல்ல வழிகாட்டல், சுயநலமில்லாத பக்தி, எந்த நிலையிலயும் பாவம் பண்ணாத திடசித்தம்... இவை மட்டும்தான் ஒருவரை இந்தக் கலி மாயையில இருந்து விடுவிக்கும்!"

உபாசகரின் விளக்கம் அவர்களைக் கட்டிப் போட்டது. அடுத்துக் கேட்க பல கேள்விகள் இருந்தும் அதற்கு நேரமில்லை. அவர்களும் சிங்கபுரம் ஜமீன்

பங்களா நோக்கிப் புறப்பட்டனர். சுசீலா காரில் ஏறி அமர்ந்தபோது, "அம்மாடி... பீஜாட்சர ஜெபத்தை விட்டுடாதே. அதுதான் உனக்கான மின்சாரம். உன் உடம்புதான் பல்பு. அதை நீ சொல்லச் சொல்ல நீ ஜொலிப்பே. எல்லா இருட்டையும் உன்னால் சுலபமா விரட்டியடிக்க முடியும்..." என்று அவள் தலை மேல் கை வைத்துச் சொன்னார்.

அப்போதே சுசீலாவும் ஜெபத்தைத் தொடங்கி விட்டாள்.

11

எந்த ஒன்றும் இந்த உலகில் இரண்டாகவே உள்ளது. அதனடிப்படையில் பக்தியும் ஆத்திகம், நாத்திகம் என இரண்டாக உள்ளது. உலகில் நம் இந்துமதம் மட்டுமே நாத்திகனையும் ஒரு கடவுளாகக் கருதுகிறது. தூணிலும் துரும்பிலும் இருக்கும் கடவுள் அவனிடம் மட்டும் இல்லாமல் போகுமா?

பிற மதங்கள் நாத்திகத்தை அனுமதிப்பதில்லை. ஒரு வேளை சிலர் இருந்தாலும் நாத்திகர்கள் வெளிப்படையாகத் தங்களை காட்டிக் கொள்வதில்லை.

நாத்திகமும் ஒரு நிலைப்பாடுதான். எப்போதும் ஒரு வீட்டில் மின்சாரம் இருப்பதில்லை. தேவையற்ற இடங்களில் அவை பயன்படுத்தப்படுவதில்லை. அதனால் இருளடைந்து கிடக்கும். அந்த இருளைக் காணும்போது அங்கு மின்சாரம் இல்லையென்றே தோன்றும். பதிலும் இல்லை என்றே கூறச் செய்யும்.

பலர் நாத்திகர்களாக இருப்பது இந்த அடிப்படையில்தான். உண்மையில் இல்லையென மறுப்பது வெகு சுலபம். இருப்பதைப் புரிந்து ஒப்புக்கொண்டு நடப்பதே கடினம்.

நீல சரஸ்வதி வழிபாட்டில் ஒருவன் இதுபோல பல சிந்தனைகளுக்கு ஆளாவான். அதுவும் ஞானமே! இருக்கின்ற ஒன்றுதானே இல்லாமல் போகமுடியும். வேத கல்வியில் சண்டப் பிரசண்டத்தில் இதுபோன்ற உண்டு -இல்லை என்கிற விவாதங்களே ஒருவனை பிரம்ம ஞானியாக்குகின்றன.

ஞானமடைந்து விட்டவனுக்கு கடவுளும் தேவைப்பட மாட்டார். ஏனென்றால், அவன் தன்னுள் அந்த கடவுள் நிலையை உணர்ந்து தான் வேறு, அது வேறில்லை என தெளிந்து விடுவான்.

சிங்கபுரம் ஜமீன் பங்களா. முகப்பில் பெரிய கிராதிக் கதவு. கதவை வாட்ச்மேன் வரதன் திறந்துவிட்டான். சுசீலா, மாமா, சாவித்ரியை தன் வயதான பூஞ்சை விழிகளால் இடுங்கிக் கொண்டு பார்த்தான். மாமா தேவராஜ சேனாதிபதி வந்து செல்பவர். அவர் மட்டும் அடையாளம் தெரிந்தார்.

"சாமி, நீங்களா?"

"நானேதான். நல்லாருக்கியா?" பார்வையில் கேட்டார்.

"ஏதோ இருக்கேன். இன்னும் இந்த மாத சம்பளமே வரலை சாமி..." வரதனிடம் எடுப்பிலேயே கோரிக்கை.

"வந்துடும். ஏற்பாடு செய்யறேன். என் அண்ணன், அண்ணி வந்துட்டு போனாங்களா?" ஜாடையில் கேட்டார்.

''யாரும் வர்றதில்லை. திடீர் திடீர்ன்னு கேரளாவில் இருந்து சில நம்பூதிரி சாமிங்க வர்றாங்க. பங்களாக்குள்ள போன வேகத்துல திரும்பிப் போயிடறாங்க. கைலயோ, கால்லயோ அடிவாங்காம யாரும் போறதில்ல. உங்க தாத்தா சாமிய திருடிட்டு வந்து படுக்கப் போட்டதுல இருந்து இந்த ஜமீனே எழுந்திருக்கல. இதுவும் படுத் திடுச்சு...'' அவனிடம் கீறல் விழுந்த ரெக்கார்டு போலப் புலம்பல்!

அதன்பின் அவனை மீறிக் கொண்டு அனைவரும் உள்ளே சென்றனர். பங்களாவில் ஒருவரும் இப் போது வாழவில்லை. ஹாலில் சோபாக்கள் புழுதி படியக் கிடந்தன. லஸ்தர் விளக்குகளில் குருவி கூடு கட்டியிருந்தது. அது இடும் முட்டைக்காக சர்பங்கள் கூரையின் ஒரு துவாரம் வழியாக வந்துபோவது அது உரித்துப் போட்ட சட்டைகளில் இருந்து தெரியவந்தது.

சுவர்களில் ஜமீன் வாரிசுகளின் படங்கள். அதில் அம்பலவாண தேசிகரின் படத்தில் கண்ணாடி உடைந்து கீறல் ஓடியிருந்தது. முதன்முதலாக இத்தனை இக்கட்டுகளுக்கும் காரணமான அவர் படத்தை அப்போதுதான் சுசீலாவும் பார்த்தாள். பார்த்ததோடு தன் செல்போனில் படமும் பிடித்துக் கொண்டாள். மற்ற வாரிசுகளின் படங்களையும் பிடித்துக் கொண்டாள்.

பெரிய பங்களாதான். ஒரு பிரம்மாண்டம் இருக்கவே செய்தது.

ஆனால், ஒரு குடும்பத்துக்குச் செய்த துரோகத்தால் இருள் சூழ்ந்துவிட்டது.

'வினைகள் விடுவதில்லை' என்பது ஒரு பெரும் சத்தியம். ஒரு தவறிலிருந்து எவனும் தப்பவே முடியாது. நாம் கொடுப்பதே நமக்குத் திரும்ப வருகிறது.

தெய்யம் நின்று கொல்லும் என்பார்கள். அன்றே கொல்பவன் அரசன். அப்படி ஒருவன் அன்றே அம்பலவாண தேசிகரின் துரோகத்துக்குத் தண்டனை தந்திருந்தால், அது அன்றே முடிந்திருக்கும். இப்படியா 250 ஆண்டுகளுக்கும் மேலாக தலைமுறை தலைமுறை யாகத் தொடரும்? உண்மையில் நின்று கொல்வதுதான் கொடுமை!

தெய்வத்திடம். மட்டும் சிக்கிக் கொள்ளவே கூடாது. அதனால்தான் தெய்வங்களும் தர்மத்தின் நிமித்தம் தங்களைக் கடுமையாக ஆக்கிக்கொண்டு கபால மாலை, ரத்தம் குடித்த சிவந்த நாக்கு என்று தங்கள் அம்சங்களை மாற்றிக் கொள்கின்றன.

சுசீலாவுக்கு பங்களாவுக்குள் கால் வைத்த நொடியில் இருந்து இப்படித்தான் சிந்தனைகள் ஓடின. அனைத்துக்கும் காரணமும் தெரியவும், மனதில் ஒரு தனித் தெம்பு. இனி சகலத்துக்கும் பரிகாரம் கண்டுவிட வேண்டும்.

இதோ, அதன் முயற்சி...

மாமா, நீல சரஸ்வதி கிடக்கும் மரப்பெட்டி உள்ள மாடி அறைக்கு அவளை அழைத்துச் செல்லத் தொடங் கினார். ஆனால், அவரால் படி ஏற முடியவில்லை. நான்காவது படியில் கால் வைத்தபோது வழுக்கி விடவும் விழுந்தார். அடுத்த நொடி கால் சுளுக்கிக் கொண்டுவிட்டது. ஆனால், சாவித்ரிக்கு ஒரு இடையூறும் இல்லை. விறுவிறுவென்று மேலே ஏறி விட்டாள். சுசீலா தேங்கி மாமாவைப் பார்த்தாள்.

“நீ போம்மா. எப்படியாவது போ... கதவைத் திற. உள்ள பெட்டி இருக்கும்... திறந்து பாரு. உபாசகரை

நினைச்சுக்கோ. அவர் சொன்ன மந்திரத்தைச் சொல். எல்லாம் நல்லபடி நடக்கும்." என்று வலித்த முகத்தோடு அவளை மேலே அனுப்பினார்.

அவளும் மெல்ல படிப்படியாக ஏறி மேலே சென்று அறைக் கதவையும் திறந்து கொண்டு உள்ளே சென்றாள். ஒரே இருட்டு... ஜெகஜ்ஜோதியாக இருக்க வேண்டிய இடம் இருண்டு கிடந்தது. ஸ்விட்சைப் போட்டாள். விளக்கு எரியவில்லை. சமயோசிதமாக செல்போன் டார்ச்சை ஆன் செய்தாள். அது பூஜை அறையை முழுமையாகக் காட்டியது. நூலாம்படை பெரும் படையாகக் காட்சி தந்தது. ஒரு சாண் நீளத்துக்கு ஓணான் கணக்காக இருந்த இரு பல்லிகள் வெறித்துப் பார்த்தன. மிளகு போலக் கண்கள்.

பெட்டி ஒரு துணியால் மூடப்பட்டிருந்தது. மெல்ல நெருங்கி அதை விலக்கினாள்.

பயபக்தியோடு, நீல சரஸ்வதிக்கான பீஜ மந்திரத்தோடு பெட்டியைத் திறந்தாள்.

சரஸ்வதியும் வானம் பார்த்தபடி கையில் வீணை பிரியாதபடி படுத்திருந்தாள். கைகள் நடுங்க அந்தச் சிலையைத் தொட்டு நிமிர்த்தினாள். படுத்திருந்த கோலம் மாறிவிட்டது. திசைத் தொடர்போடு வடக்கு கிழக்காகக் கிடந்த சிலை இப்போது பூமிக்கும் வானத்துக்குமாக மாறியது. சாவித்ரி கைகளைக் கூப்பியிருந்தாள்.

"தாயே... நீ என் வீட்டுக்கு வரப் போறியா? எங்க வாழ்க்கை மாறிடுமா? நாங்க பணக்காரங்களா ஆக வேண்டாம். ஏழைகளா இல்லாம இருந்தாப் போதும். பையன் திருந்தணும். பேத்திக்கு நல்ல இடத்துல கல்யாணமாகணும். நோவு நொடியில்லாம உயிர் பிரியணும்."

இப்படிப் பல வேண்டுதல்கள் அவளிடம்.

அப்போது சுசீலாவின் கைபேசியில் அழைப்பு. அழைத்தது அழகம்மை. சற்று விலகிச் சென்று, அழகு... சொல்லும்மா... என்றாள்.

''நல்ல விஷயம்தான். கண் முழிச்ச தம்பி நல்லாப் பேசுது...'' என்றாள் அழகம்மை. அடுத்த நொடி பெரும் சிலிர்ப்பு சுசீலாவிடம்.

''அம்மை... தெய்வம் இருக்கு அம்மை... தெய்வம் இருக்கு. எல்லாம் நாம நடந்துக்கறதுலதான் இருக்கு... என்றாள் கண்களில் துளிர்த்த நீருடன்.

''சரி அம்மை... நான் கொஞ்ச நேரம் கழிச்சு பேசறேன்...'' என்றவள், சிலையைத் தொட்டுத் தூக்க முயன்றாள்.

ஐந்து கிலோவுக்குப் பக்கமாக இருக்கும். இன்றைய மதிப்புக்கு மூன்றரைக் கோடி. பண மதிப்பா பெரிது? அருள் மதிப்பு அதை விடவே பெரியதாயிற்றே... அதை காட்டிக் கொண்டும் இருக்கிறாளே!

சிலிர்ப்பு குறையாமல் சிலையைத் தூக்கி மார்போடு அணைத்தவள், ''அம்மா... எல்லாத் தவறையும் மன்னிச்சிடு. எங்களை ஆரோக்யமா வாழச் செய். எங்க புத்தில எப்பவும் இரு. விலகிடாதே. உன் அருள் அற்றுப் போகும் போதெல்லாம்தான் தப்பாச் சிந்திச்சு, தப்பா நடக்கறோம்'' என்று மனதுக்குள் பிரார்த்தித்துக் கொண்டு, சிலையை தவித்தபடி நிற்கும் சாவித்ரி வசம் தந்தாள்.

சாவித்ரி அழுதுவிட்டாள். அவளும் கட்டி அணைத் தாள். மரப்பெட்டி மேலேயே வைத்து முன்னால் விழுந்து வணங்கவும் செய்தாள்.

இப்போது சுசீலாவுக்கு மீண்டும் அழைப்பு. அழைத்தது டாக்டர்.

"சுசி...."

"சொல்லுங்க டாக்டர். தயவுசெய்து அபார்ஷன் பத்தி மட்டும் பேசாதீங்க..."

"இல்ல சுசி. அதுக்கு அவசியமில்ல. இப்பதான் நியூயார்க் டைம்ஸ்ல ஒரு நியூஸ் பார்த்தேன். ஸ்பெஷல் கிட்சே உருவாகாம தடுக்கற ஒரு ஊசி மருந்தைக் கண்டுபிடிச்சிருக்காங்க. கல்யாணமான ஒவ்வொருத்தரும் அதைத் தடுப்பூசியா நினைச்சு போட்டுக்கணும். இப்ப யாருக்காவது பாதிப்பிருந்தா அதையும் கொஞ்சம் கொஞ்சமா அது சரி பண்ணிடுமாம். ஆனா, விலை ரொம்ப அதிகம். இந்திய மதிப்புக்கு 70 லட்சம் ஆகுது.

"ஓ... டாக்டர்! பணம் பெருசே இல்லை. எப்பவும் குணம்தான் பெருசு. பணம் வெறும் காகிதம். ஆனா, குணம்தான் ஆயுதம்."

"என்ன சுசி, பெரிய வேதாந்தி மாதிரிப் பேசறே?"

"அப்படித்தான்னு வெச்சுக்குங்களேன். ரொம்ப நன்றி உங்க தகவலுக்கு. நான் சீக்கிரமாவே வந்துடுவேன். என் வேலையும் முடியப் போகுது..." என்றாள் மகிழ்ச்சி ததும்ப.

அப்போது அங்கு சற்றும் எதிர்பாராதவிதமாக உபாசகர் ருத்ரமூர்த்தியும் வந்து நின்றார்.

"சாமி, நீங்களா...?"

"ஏம்மா, என்னை எதிர்பார்க்கலியா?"

''ஆமாம் சாமி. பார்த்தீங்களா... சிலையை எடுத்துட்டேன். ஆனா மாமாவாலதான படி ஏறி வர முடியலை...''

''பார்த்தேன்மா. அதேசமயம் இதையும் இங்க இருந்து நீ கொண்டுபோக முடியாது.''

''ஐய்யோ... ஏன் அப்படி?''

''இந்தப் பங்களா பழைய பொலிவை அடைய வேண்டாமா?''

''நீங்க என்ன சொல்றீங்க...?''

''இந்தச் சிலையை இந்த பங்களாவோட இவங்களுக்குக் கொடுத்துடு. இது இங்கேயே இவங்களால பூஜை செய்யப்படட்டும். அதுக்கு நடுவுல உனக்கொரு பெரிய வேலை இருக்கு...''

''என்ன சாமி...?''

''நீ இங்க தசமகா தேவிகளையும் கொண்டு வந்து சேர்க்கணும். அவங்க ஒண்ணா இங்க கோயில் கொள்ளணும். அப்ப இந்த பங்களா செல்வாக்கு, அதிகாரம், வாரிசு, நெல், அழகு, பிராப்தி, நோயற்ற வாழ்வு, படிப்பு, அள்ளக் குறையாத செல்வம், வீரம்ங்கற பத்து சக்திகளை அடைஞ்சுடும்.''

''கேட்கவே நல்லா இருக்கு. அடுத்து நான் இப்ப என்ன செய்யணும்?''

''முதல்ல சிலை இருக்கற இந்த அறையைச் சுத்தம் செய்து விளக்கேத்து. அடுத்து பங்களாவை சுத்தம் செய். பங்களாவைச் சுத்தி வாடிக் கிடக்கிற தோட்டத்தை உயிர்ப்பிக்கச் செய். வர்ணம் பூசு, தோரணம் கட்டு.

இவங்க குடும்பத்துல எல்லாரையும் கூட்டிக்கிட்டு வந்து, இதோ... இந்த நீல சரஸ்வதி முன்னால 'இது எல்லாம் இனி உங்க சொந்தம்'னு பத்திரத்தோட ஒப்படை...''

''நிச்சயம் செய்துடறேன். அப்புறம்?''

''உன் அடுத்த இலக்கும் தேடலும் திரிபுரசுந்தரியை நோக்கி இருக்கணும்.''

''திரிபுர சுந்தரியா?''

''ஆமாம். அவதான் லலிதாவும்கூட. அவதான் உயிர்களுக்கு மோட்ச கதியைத் தருபவள். அப்படி மோட்சத்துக்குத் தவிக்கற ஒரு ஆத்மாவை நான் உனக்குக் காட்டப் போறேன். அவங்கல்லாம் உன் மூலமாத்தான் விமோசனத்தை அடையப் போறாங்க.''

''சுவாமி... நான் ஒரு கர்ப்பிணி. என்னால நீங்க சொல்றதச் செய்ய முடியுமா?''

''உன் குழந்தைக்கும் தசமகாசக்தி கிடைக்கணுமா, வேண்டாமா?''

''ஓ... அதுக்காகவா?''

''ஆமா... ஆனா இப்ப நீ நீல சரஸ்வதியை பீஜ மந்திரத்தாலேயே சுலபமா அடைஞ்சுட்டே. திரிபுரசுந்தரி அப்படி கிடையாது. அவ லேசுப்பட்டவ இல்லை. பெரிய விளையாட்டுக்காரி. உன்கூட ஆத்மாக்களைக் கொண்டே விளையாடுவா. ரொம்ப சுவாரஸ்யமாவும் இருக்கும்...''

''சொல்லும்போதே கேட்கப் பரவசமா இருக்கு. நீங்களும் துணையா இருக்கீங்க. கட்டாயம் செய்யறேன்.

என்றாள். சுவரில் இருந்த சாண் நீளப் பல்லி 'சபாஷ்' என்பது போல் தன் பாஷையி 'ட்ரௌச்' என்றது.

"சிக்னல் வந்தாச்சு..." என்று சிரித்தார் உபாசகர்.

"எனக்கும் என் பிரச்னைகளுக்கு வழி பிறந்தாச்சு சுவாமி இருந்தாலும் என் பரிகாரம் முழுமையா முடியல. அது முடியறவரை நானும் தூங்கப் போறதில்ல..." என்றாள் சுசீலா.

மீண்டும் பல்லியிடம் இருந்து அங்கீகரிப்பாய் ஒரு 'ட்ரௌச்ச்...'

- நிறைவு -